சி.என். அண்ணாதுரை
(1909-1969)

அண்ணாதுரை, சின்னகாஞ்சீபுரத்தில் நடராசன் - பங்காரு அம்மாள் ஆகியோருக்கு மகனாக 1909, செப்டம்பர் 15இல் பிறந்தார். சென்னை பச்சையப்பன் உயர் நிலைப் பள்ளியிலும், பின்னர் பச்சையப்பன் கல்லூரியிலும் கல்வி கற்றார்.

பெரியாரின் கொள்கைகளால் ஈர்க்கப்பட்டு, நீதிக் கட்சியில் சேர்ந்தார். பெரியாருடன் திராவிடக் கழகத்தில் இணைந்து, மூட நம்பிக்கைகளுக்கு எதிரான பகுத்தறிவுக் கருத்துகளையும், சமூக சீர்திருத்தக் கருத்துகளையும் பரப்புவதில் முன்னின்று ஈடுபட்டார்.

பின்னர் திராவிடர் கழகத்திலிருந்து வெளியேறி திராவிட முன்னேற்றக் கழகம் என்ற கட்சியை தொடங்கினார். 1967இல் நடைபெற்ற தேர்தலில் பங்கு பெற்ற திமு கழகம் வெற்றி பெற்று முதன் முறையாக திராவிட ஆட்சியை தமிழகத்தில் அமைத்தது. மேலும் மதராஸ் மாநிலம் என்றிருந்த சென்னை மாகாணத்தை 1969 ஜனவரி 14இல் தமிழ்நாடு என்று பெயர் மாற்றி தமிழக வரலாற்றில் நீங்கா இடம் பெற்றார்.

இரண்டு ஆண்டுகள் மட்டுமே பதவியிலிருந்த அவர் புற்றுநோய் பாதிப்பால் 1969, பிப்ரவரி 03இல் காலமானார்.

நீதிதேவன் மயக்கம்

அறிஞர் அண்ணா

எதிர் வெளியீடு

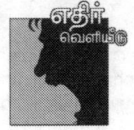

நீதிதேவன் மயக்கம்
அறிஞர் அண்ணா
முதல் பதிப்பு: 1947
எதிர் முதல் பதிப்பு: ஜூலை 2023

எதிர் வெளியீடு,
96, நியூ ஸ்கீம் ரோடு, பொள்ளாச்சி - 642 002
தொலைபேசி: 04259 226012, 99425 11302

விலை: ரூ. 120

Neethidevan Mayakkam
Aringar Anna

First Edition: 1947
Ethir First Edition: July 2023

Published by
Ethir Veliyeedu, 96, New Scheme Road, Pollachi - 2
email: ethirveliyedu@gmail.com
www.ethirveliyeedu.com

ISBN: 978-81-964046-9-7
Cover Design: Negizhan
Printed at Jothy Enterprises, Chennai.

All rights reserved. No part of this book may be reprinted or reproduced or utilised in any form or by any electronic, mechanical or other means, now known or hereafter invented, including photocopying and recording, or in any information storage or retrieval system, without permission in writing from the publisher.

காட்சி – 1

இருண்ட வானம்.

(இடி மின்னலுடன் காற்று பலமாக அடிக்கிறது. இந்தப் பேரிரைச்சலுக்கிடையே ஏதோ, குரல் கேட்டுக் கொண்டிருந்தது)

ஆண்டவன் : நீதிதேவா! நீதிதேவா!

(பதில் ஏதும் இல்லை. மீண்டும் அதிகார தொனியில் அழைக்கிறார்.)

ஆண்டவன் : நீதிதேவா! நான் அழைப்பது உன் காதில் விழவில்லையா? நீதிதேவா!

(நீதிதேவன், முன்வந்து ஆகாயத்தைப் பார்த்து, வணங்கி நிற்கிறார்.)

ஆண்டவன் : நீதிதேவா! பூலோகத்திலே புதுக்கருத்துகள் பரவி விட்டனவாம். பழைய நிகழ்ச்சிகளுக்கு, நாம் கூறின. முடிவுகள், தீர்ப்புகள் தவறு என்று புகார் கிளம்பி விட்டது. ஆகவே இனி பழைய தீர்ப்புகள், செல்லுபடியாகா என்று கூறி விடுவார்கள். போலிருக்கிறது. இதை உத்தேசித்து புனர் விசாரணை நீதிமன்றம் நியமித்திருக்கிறேன். இராவணன் குற்றவாளிதான். இலங்கை அழிந்தது நியாயமே. இராவணன் இரக்கமற்ற அரக்கன் என்பதுதானே கம்பரின் குற்றச்சாட்டுகள். அதனால் அந்த வழக்கை முதலில் எடுத்துக் கொள்ளுங்கள். உடனே நீதிமன்றம் கூட ஏற்பாடுகள் நடக்கட்டும்.

[காட்சி முடிவு]

காட்சி – 2

இடம் : இராவணன் மாளிகை

இராவணன் கம்பீரமாக அமர்ந்திருக்கிறான். அவன் முன்னால் பழ வகைகளும், மதுக்கிண்ணமும் இருக்கின்றன.

பாடகன் ஒருவன் அவர் எதிரே அமர்ந்து பாடிக் கொண்டிருக்கிறான். இராவணன், மதுவை சுவைத்தும் பாடலை ரசித்தபடியும் இருக்கிறான்.

பாடல் முடிகிறது. நீதிதேவனின் பணியாள் வருதல். அவனைக் கண்ட இராவணன்

இராவணன் : யாரப்பா, நீ?

பணியாள் : நீதிதேவன் சபையிலே, சுவடி ஏந்துவோன்.

இராவணன் : ஓகோ சுமைதாங்கியா?

> (பணியாளனைப் பார்க்கிறான். அவன் முறைப்பாக இருப்பது கண்டு)
>
> கோபியாதே அப்பனே! வேடிக்கைக்குச் சொன்னேன். அதுசரி, நீதிதேவன் சபையிலே சுவடி ஏந்துவோனுக்கு, இந்த அக்ரமக்காரன் வீட்டிலே, என்னப்பா வேலை?

பணியாள் : வேலையுமில்லை, சொந்தமுமில்லை, சேதி சொல்ல வந்திருக்கிறேன்.

இரா : ஓகோ சேதி சொல்ல வந்திருக்கிறாயா? அவனை விடவா?

பணி : எவனை விட?

இரா : முன்பு என்னிடம் தூது சொல்ல வந்தானே, ஹனுமான் அவனை விட என்ன சொல்ல வந்திருக்கிறாய்?

பணி : உங்கள் மீது அளிக்கப்பட்ட தீர்ப்புகளை, மறு விசாரணை செய்யும்படி, ஆண்டவன் கட்டளை இட்டிருக்கிறார்.

இரா : மறு விசாரணையா! மகிழ்ச்சிக்குரிய சேதிதான். அது சரி என்ன திடீரென்று என் மீது அக்கறை?

பணி : அக்கறை உம்மீது அல்ல. பூலோகத்திலே புகார் கிளம்பி விட்டதாம். முன்பு அளிக்கப்பட்ட தீர்ப்புகள், சரியல்லவென்று.

இரா : அதுதானே பார்த்தேன். புகார் கிளம்பி விட்டதா? நான் எதிர்ப்பார்த்ததுதான்.

பணி : என்ன எதிர்ப்பார்த்தீர்கள்?

இரா : எத்தனை நாளைக்குத்தான், பூலோகவாசிகள், விழிப்புணர்ச்சியற்றுக் கிடப்பார்கள், என்று.

பணி : அதுசரி, அற மன்றம் கூடுகிறது. தாங்கள் வரவேண்டுமென்று நீதிதேவன் கட்டளை.

இரா: நான் வருகிறேன். என் மீது குற்றம் சுமத்தி, என்னை இரக்கம் எனும் ஒரு பொருளிலா அரக்கன் என்று கூறினாரே, கம்பர், அவரும், அவரைச் சார்ந்தவர்களும் வருகிறார்கள் அல்லவா?

பணி : அவர்கள் எவரும் இதில் கலந்து கொள்ள வேண்டிய அவசியமுமில்லை, வரவும் மாட்டார்கள்.

இரா : அது எப்படி? என் மீது குற்றம் சுமத்தினார்கள். சுமத்தப்பட்ட குற்றங்களை, பட்டியல் போட்டு,

நீதிதேவன் மயக்கம் | 9

பேழையில் வைத்து, ஆளுக்கொரு புறம் பிடித்துத் தூக்கிக் கொண்டு போய், தேடித் தேடிக் கொடுத்தார்கள். ஐயோ! இன்னும் விசாரணை வரவில்லையே என்று பயந்து, ஓடி ஓடிப் போய்ப் பார்த்தார்கள். அப்படிப் பட்டவர்கள் விசாரணைக்கு வரமாட்டார்கள் என்று கூறுவது எப்படிப் பொருந்தும்?

பணி : இதற்கு நான் பதில் சொல்ல வேண்டுமென்று நினைக்கிறீரா?

இரா : சொல்லித்தான் ஆக வேண்டும்.

பணி : நீர், அறிவாளி! திறமைசாலி நிர்வாகத்தில் ஆற்றல் மிக்கவர். ஆளும் திறமை மிக்கவர். உமது ஆட்சிக் காலத்தில் செய்த சாதனைகள் பலப்பல. அப்படிப்பட்ட நீங்கள் கேட்கும் கேள்விகளுக்கு, அவர்கள் சரியாகப் பதில் சொல்ல முடியாமல், திணறி, தத்துபித்து என்று, முன்னுக்குப் பின் ஏதாவது உளறி விட்டால் சாட்டப்பட்ட குற்றங்கள் உடைபட்டு விடுமோ என்ற அச்சம், அவர்கட்கு இருக்கலாம்...

இரா : அதனால், கலந்து கொள்ளாமல் இருக்கலாம் என்று கூறுகிறாயா? பணியாளனே கேள் என் மீது குற்றம் சுமத்தியவர்கள் விசாரணையில் கலந்து கொள்ளத்தான் வேண்டும். எனது கேள்விகளுக்கு அவர்கள் பதில் சொல்லியே தீர வேண்டும். அதன் வாயிலாக உண்மை உலகுக்குத் தெரிய வேண்டும். அவர்கள் வர மறுத்தால், நான் விசாரணையில் கலந்துகொள்ள மாட்டேன். விலகிக் கொள்கிறேன் என்று நீதிதேவனிடம் கூறிவிடு. - நீ, போகலாம்...

[காட்சி முடிவு]

காட்சி – 3

இடம் : நீதிதேவன் மாளிகை

(நீதிதேவன் அமர்ந்து இருக்கிறார். பணியாள் வருதல் அவனைக் கண்டதும்)

நீதிதேவன் : என்ன அறமன்றம் கூட ஏற்பாடுகள் செய்து விட்டாயா? இராவணனிடம் செய்தியைச் சொன்னாயா?

பணி : ஏற்பாடுகள் முடிந்து விட்டன. தேவா. ஆனால், இராவணன் விசாரணையில் கலந்து கொள்ள மறுக்கிறான்.

நீதி : ஏன், என்ன காரணம்?

பணி : தன் மீது குற்றம் சுமத்தியவர்களை, தான் குறுக்கு விசாரணை செய்ய சம்மதித்தால்தான், வருவேன் என்று கூறுகிறான்.

நீதி : இந்த சங்கடத்திற்கு என்ன செய்வது? மேலிடமாகிய ஆண்டவனோ, விசாரணையை நடத்து, என்று ஆணை இடுகிறார். இராவணனோ, வர மறுக்கிறான். கம்பரோ கேட்க வேண்டியதில்லை. நிச்சயம் வரமாட்டார். உம்... எப்படி இதை...

(இந்த நேரம் கம்பர் வந்து கொண்டிருக்கிறார். அவரைக் கண்டதும்)

வாருங்கள்! வாருங்கள் உங்களைத்தான் நினைத்தேன்.

கம் : நீதிதேவா! நான் கேள்விப்பட்டது உண்மைதானா? மறு விசாரணை செய்ய ஆண்டவன் கூறினாராமே! இராவணன் வழக்கையா, முதலில் எடுத்துக் கொள்கிறீர்?

நீதி : ஆண்டவன் கட்டளையே அப்படித்தானே. ஆனால், இராவணன், விசாரணையில் கலந்து கொள்ள மறுக்கிறான்.

கம் : ஏன், எதற்காக மறுக்கிறான்?

நீதி : தன் மீது குற்றம் சுமத்தியவர்களும், விசாரணைக்குட்பட வேண்டும். தான் கேட்கும் கேள்விகளுக்கு அவர்கள் - பதில் சொல்ல வேண்டும். அதற்கு சம்மதம் இருந்தால்தான் விசாரணையில் கலந்து கொள்வேன் என்று கூறி விட்டான். ஆகவே கம்பரே தாங்கள் அவசியம் இதில் கலந்துகொள்ள வேண்டும். இராவணன் கேட்கும் கேள்விகளுக்கு, தங்களின் அறிவுத் திறனான பதிலால் அவனை அவ்வப்போது ஈர்க்க வேண்டும்.

கம் : நீதிதேவரே இது என்ன வேடிக்கையாக இருக்கிறது? இராவணன் என்னைக் குறுக்கு விசாரணை செய்வதா? அதற்காக நான் குற்றக் கூண்டிலே நிற்பதா? அரக்கன் முன்பா? முடியாது தேவா! முடியாது. முடியாதது மட்டுமல்ல, தேவையுமில்லாதது.

நீதி : கவியரசே! தங்கள் கவிதையின் வாயிலாகத் தானே, இராவணன் இரக்கமில்லாத அரக்கனாக்கப்பட்டான். பூலோகத்திலும் அப்படித்தானே பேசப்படுகின்றன. எனவேதான் ஆண்டவன் மறு விசாரணை நீதிமன்றம்

அழைத்து இருக்கிறார். ஆகவே கம்பரே! தாங்கள் தவறாது கலந்து கொள்ளத்தான் வேண்டும்.

கம் : தேவா விஷத்தைக் கக்கும் பாம்பு, கொடியது. அதன் விஷம் தீயது. ஆபத்துக்குரியது, என்று எடுத்துக் கூறிய தீர்ப்பு தவறென்றால், இராவணன் அரக்கன் என்று நான் கூறியதும் தவறுதான், தேவா.

நீதி : உவமையிலே உம்மை வெல்லும் திறன் எனக்கேது? கம்பரே! விசாரணையில் தாங்கள் கலந்து கொள்வதாக இராவணனுக்கு சொல்லி அனுப்பி விடுகிறேன்.

கம் : சரி, தேவா! நான் கலந்து கொள்கிறேன். இராவணனின் வாதத்தையும்தான் கேட்போம். மக்களும் கேட்கட்டும். நான் வருகிறேன்.

[கம்பர் போகிறார்]

[காட்சி முடிவு]

காட்சி – 4

(பூலோகத்திலே புதுக்கருத்துக்கள் பரவிவிட்டனவாம் பழைய நிகழ்ச்சிகளுக்கு நாம் கூறின முடிவுகள், தீர்ப்புகள் தவறு என்று புகார் கிளம்பிவிட்டது. ஆகவே, இனிப் பழைய தீர்ப்புகள் செல்லுபடியாகா என்று கூறிவிடுவார்கள் போலிருக்கிறது. இதை உத்தேசித்து. புனர் விசாரணைக் கோர்ட் நியமித்திருக்கிறேன்' என்று ஆண்டவன் அறிவித்தார். நீதிதேவன் வழக்கு மன்றத்தைக் கூட்டினார். முதல் புனர் விசாரணையாக, இராவணன் வழக்கு எடுத்துக் கொள்ளப்படுகிறது. கம்பர், 'பழைய கோர்ட் தீர்ப்பின்படி இராவணன் குற்றவாளிதான். இலங்கை அழிந்தது நியாயமே, இராவணன் இரக்கமற்ற அரக்கன்' என்று நீதிதேவனிடம் சமர்ப்பிக்கிறார். இராவணன் தன் வழக்கைத் தானே நடத்த இசைகிறான். கோர்ட்டிலே, நீதிதேவன் தலைமை தாங்குகிறார், கம்பர், ஓலைச் சுவடிகளுடன் தயாராக இருக்கிறார். சாட்சிகளாகச் சூர்ப்பனகையும், கைகேயியும் ஆஜராகியுள்ளனர். இராவணன், எப்போதும் போலவே கெம்பீரமாக வருகிறான். வழக்கு ஆரம்பமாகிறது.)

நீதி : இலங்காதிபனே! உன் கட்சியை எடுத்துக் கூற யாரை நியமித்திருக்கிறீர்?

இரா : என்னையே நம்பி ஏற்றேன் இப்பணியையும் கம்பரே! உமது கவிதையிலே கொஞ்சம் எடுத்துக் கொள்ள அனுமதியுங்கள்.

[கம்பர் புன்னகை புரிகிறார்].

நீதி : உமது கட்சியை நீரே எடுத்துப் பேசப் போகிறீரா?

இரா : ஆமாம். நான் போதும் அதற்கு என்று நம்புகிறேன்.

நீதி : வணங்காமுடியான் என்றோர் பெயர் உமக்குண்டா?

கம் : பெயர் என்று கூறுவதை விட, வசைமொழி என்பது பொருந்தும்...

இரா : பொருத்தம் பார்ப்பதானால், வணங்காமுடியான் என்று ஓர் பழிச்சொல் உண்டு என்று கூறலாம்.

நீதி : சொல் விளக்கத்துக்குள் நுழைய வேண்டாம். அவ்விதம் அழைக்கப்பட்டதுண்டா?

இரா : ஆமாம்...

நீதி : ஏன்?

இரா : நான் கேட்க வேண்டிய கேள்வி அல்லவா அது.

கம் : எவருக்கும் வணங்கினதில்லை, மதிப்பதில்லை. அவ்வளவு மண்டைக் கர்வம்... என்று பொருள்படும்.

இரா : பொருள்படும் என்று இழுப்பானேன் கம்பரே! நீரேதான் சொல்லிவிடுமே, எனக்கு மண்டைக் கர்வம் என்று

நீதி : எவரையும் வணங்காத காரணம்?

இரா : அவசியம் ஏற்படாததால்!

நீதி : தக்க சமாதானமா இது!

இரா : நான் மட்டுமா? எத்தனையோ மண்டலாதிபதிகள் வெற்றி வீரர்களாக இருக்கும் வரையிலே, வணங்காமுடி மன்னர்களாகத்தான் இருந்தனர்.

கம் : அவர்கள் கூட, தமது இன்பவல்லிகளின் தாளிலே வீழ்ந்ததுண்டு. மஞ்சத்திலே..

இரா : நமது கம்பருக்கு அந்த ரசவர்ணனையிலே அபாரத் திறமை!

நீதி : மாலை நேரப் பேச்சு, காலை வேலைக்கு உதவாது.

இரா : பூலோகத்திலே எத்தனையோ மன்னாதி மன்னர்கள், வீராதி வீரர்கள் மற்றொருவருக்கு வணங்காமல் வாழ்ந்தனர். அதுபோலத்தான் நானும் வணங்கா முடியனாக வாழ்ந்து வந்தேன். அது என் வீரத்தின் இலட்சணம் வீணர்கள் அதையே என்னைப் பழிக்கவும் பயன்படுத்திக் கொண்டனர்.

கம் : அந்த வாசகத்தைப் பற்றிய விவாதத்தை விட்டு விடலாம் என்று எண்ணுகிறேன். ஏனெனில் வணங்காமுடியன் என்ற பெயர் துரியோதனனுக்கும் உண்டு. ஆகவே, இந்தச் சில்லறைக்குச் சிந்தனையைச் செலவிட வேண்டாம். முக்கியமான விஷயத்தைக் கவனிப்போம். ஐம்புலன்களை அடக்கி ஒடுக்கி, பரமனை வேண்டித் தவம் செய்து வந்த முனிபுங்கவர்களின் யாக யோகாதி காரியங்களை இலங்காதிபன் கெடுத்து நாசமாக்கி வந்தான். இப்பெருங் குற்றத்துக்கு என்ன பதில் கூறுவான்?

இரா : தவம், ஆரிய முறை. அதை என் இனக் கலாச்சார முறைப்படி நான் ஆதரிக்க முடியாது. யாகம் என்பது ஜீவன்களை வதைத்து, பொருளைப் பாழாக்கி, மக்களை ஏய்க்கும் ஆரிய தந்திரம் என்பது, என் இனத்தின் சித்தாந்தம். ஆகவே, என் ஆட்சிக்குட்பட்ட இடங்களிலே,

ஆரியர் பிரவேசித்து, என் கலாச்சாரத்துக்கு விரோதமான காரியத்தைச் செய்து, அதன் மூலம் என் கட்டளையை மீறினதால் நான் யாகங்களை அழித்தேன்.

கம் : அதைத்தான் குற்றமென்று கூறுகிறோம்.

இரா : அது எப்படி குற்றமாகும்? என் ஆட்சிக்குட்பட்ட இடத்திலே, என் மக்களுக்கு எது சரி என்று தீர்மானிக்கவும், அதற்கு மாறாக நடப்பவர்களைத் தண்டிக்கவும் எனக்கு அரச உரிமை உண்டு. அயோத்தியிலே தசரதன் செய்த அஸ்வமேத யாகத்தையா அழித்தேன்? என் ஆளுகையில் இருந்த தண்டகாரண்யத்திலே, தவசி வேடத்தில் புகுந்து, என் தடை உத்தரவை மீறினவர்களை, யாக காரியங்கள் செய்யலாகாது என்று தடுத்தேன். மீறிச் செய்தனர். அழித்தேன். உங்கள் இராமன், அதே தவத்தை ஒரு சூத்திரன் செய்ததற்காக அவனுடைய இராஜ்ஜியத்தில், அவன் அனுஷ்டித்த ஆர்ய தர்மப்படி தவம் செய்தது குலமுறைக்குத் தகாது என்று கூறிக் கொல்லவில்லையா? ஆரிய ராமன். ஆரிய பூமியில் ஆரிய தர்மத்தைக் காப்பாற்ற அநாரியத் தவசியைக் கொன்றான் அவன் அது என் உரிமை என்றான். என் நாட்டிலே என் உரிமையை நான் நிறைவேற்றுவது தவறாகுமா?

கம் : அதுகூடக் கிடக்கட்டும்... நீ இரக்கமெனும் ஒரு பொருளிலா அரக்கன். ஆகவேதான் உன்னை இராமர் கொன்று இலங்கையை அழித்தார். இரக்கம், உயர்ந்த பண்பு, அதை இழந்தவர்களைத் தண்டிப்பது, தேவம் பிரீதியான காரியம். நியாயம், தர்மம்.

நீதி : *(கம்பரைப் பார்த்து)* இரக்கமின்றி இராவணன் நடந்து கொண்டவைகளை விவரமாகக் கூறும்.

கம் : ஆகா தடையின்றி... இராவணன் மகாபண்டிதன்; வல்லமை மிக்கவன், தவசியும் கூட. சாமவேதம் பாடியவன். சௌந்தர்யத்தில் நிகரற்றவன், எல்லாம் இருந்தது அவனிடத்தில். ஆனால் இரக்கம் என்ற ஒரு பொருள் தான் இல்லை. இரக்கமின்றி இராவணன் செய்த பல கொடுஞ் செயல்களை நான் விவரமாகக் கூறுகிறேன். கேளுங்கள்...

இரா : கம்பரே சிரமம் ஏன் தங்களுக்கு? இரக்கம் என்ற ஒரு பொருள் இல்லாத அரக்கன் என்பது தங்கள் குற்றச்சாட்டு. அதற்கு ஆதாரம் கூறி ஏன் அலுத்துப் போக வேண்டும்? நானே கூறுகிறேன். கேளும்... பூங்கொடி துவள்வது போலானாள், அந்தப் பொன் அவிர் மேனியாள் சீதாவை நான் சிறையெடுத்தபோது நான் இரக்கம் காட்டவில்லை.

அலறினாள் - நான் அரக்கன் என்று அறிந்ததும் நான் இரக்கங்காட்டவில்லை. சபித்து விடுவேன் என்றாள்; புன்னகை புரிந்தேன். அழுதாள், சிரித்தேன். பிராணபதே என்று கூவினாள், எதற்கும் நான் இரக்கங் காட்டவில்லை.

அடே, துஷ்டா அரிபரந்தாமனின் அவதாரமடா. இராமன். அவனுடைய தர்ம பத்தினியையா இந்தக் கோலம் செய்கிறாய்? என்று வயோதிக சடாயு வாய்விட்டு அலறினான் - சீதை உயிர் சோர, உடல் சோர, விழியில் நீர் வழிய, கூந்தல் சரிய ஆடை நெகிழ... அலங்கோலமாக இருக்கக் கண்டு போடா போ என்றேன். போரிடத்

துணிந்தான். போக்கினேன் அந்தப் புள்ளின் உயிரை! இரக்கம் காட்டினேனா? இல்லை.

அரசிளங்குமரி சீதையை அசோக வனத்திலே சிறை வைத்தேன். ராஜபோகத்தில் இருக்க வேண்டிய அந்த ரமணியைக் காவலில் வைத்தேன். சேடியர் புடைசூழ நந்தவனத்திலே ஆடிப்பாடி இருக்க வேண்டிய அழகியை, அரக்க மாதர் உருட்டி மிரட்ட, அவள் அஞ்சும்படியான நிலையிலே வைத்தேன். அந்த அழகியின் கண்கள் குளமாயின. நான் இரக்கம் காட்டினேனா? இல்லை. இரக்கம் காட்டவில்லை. தேகம் துரும்பாக இளைத்துவிடுகிறது, தேவகாலனே என்று என்னிடம் கூறினர்; 'கோதாக்கூந்தல், பேசா வாய், வற்றாத ஊற்றெனக் கண்கள் வைதேகி, விசாரமே உருவெடுத்தது போலிருக்கிறாள்' என்று சொன்னார்கள்.

பழம், பால், மது, மாமிசம், மலர் - எதனையும் ஏற்றுக் கொள்ள மறுத்துவிட்டாள் ஜானகி என்று தெரிவித்தார்கள். சரி, புத்தி கூறு; மிரட்டு; கொன்று போடுவேன் என்று சொல் பிடிவாதம் கூடாது என்று தெரிவி, தேவர்க்கும் மூவர்க்கும் அஞ்சாத இலங்காதியதி. ஒரு தையலின் கண்ணீருக்கு அஞ்சமாட்டான் என்று சொல் என்றுதான், என்னிடம் சேதி சொன்னவர்களுக்குச் சொல்லி அனுப்பினேன். இரக்கம் காட்டவில்லை?

கொலு மண்டபத்திலே கொட்டி அளந்தான் விபீஷணன்! தம்பீ! உனக்குத் தாசர் புத்தி தலைக்கேறி விட்டதடா!' என்று கூறி உட்கார வைத்தேன். இரக்கம் காட்டவில்லை

போதுமா? இன்னமும் ஏதாகிலும் கூறட்டுமா ஈரமற்ற நெஞ்சினன் நான் என்பதற்கான ஆதாரங்கள்! இதேது. அரக்கன் முரடன் மட்டுமில்லை, முட்டாளாகவுமன்றோ இருக்கிறான். எதிர்க்கட்சிக்காரன் கூறுவதை விட ஆணித்தரமாகக் குற்றப் பட்டியலைத் திட்டமாகக் கூறுகிறானே என்று யோசிக்கிறீர்களா? இன்னமும் கொஞ்சம் செந்தேன் ஊற்றுகிறேன், உங்கள் - சிந்தனைக்கு.

களத்திலே என் தம்பி மாண்டான்; கதறினர் மக்கள். என் மகன் மாண்டான்; மண்டோதரி மாரடித்து அழுதாள். என் மக்களின் பிணம் மலையாகக் குவிந்தன. எங்கும் ரத்தம் எங்கும் பிணம்! நாசம் நர்த்தனமாடிற்று. அயோத்தியான் ஏவிய அழிவு, ஆழிசூழ் இலங்கையில் இடம் பிடித்துக் கொண்டது. கானமும் கட்டளையும், ஏவலரின் பணிவான பேச்சும், காவலரின் கெம்பீரமான முழக்கமும், எந்த இலங்கையிலே நித்ய நாதமாக இருந்ததோ, அங்கு குடலறுந்தோர் கூக்குரல், கரமிழந்தோர் கதறல்; பெண்டிரின் பெருங்குரல், பிணங்களைக் கொத்தி வந்த பெரும் பறவைகளின் சிறகொலி இவை நிரம்பின. நான் இரக்கம் காட்டினேனா? அதுதான் இல்லை...

[இராவணன், படபடவென்று பேசியவன், கொஞ்சம் களைத்து உட்கார்ந்தான். கோர்ட்டாரின் உத்தரவின் பேரில் அவனுக்கு ஒரு கோப்பையிலே சோமரசம் தருகிறார்கள். இராவணன் புன்னகையுடன் மறுத்துவிடுகிறான்.]

என் அரசு உலர்ந்தது, அது தெரிந்து என் உற்சாகம் உலர்ந்த போது, இதுபோல் ரசம் நான் பருகிடவில்லை. பழிவாங்குதல் எனும் பானத்தையே விரும்பினேன். இரக்கம் என்ற ஒரு பொருள் இல்லா அரக்கன் கம்பரே! இதுதானே உமது கவிதா நடையிலே உள்ள வாசகம்? என் மீதுள்ள குற்றச்சாட்டு இராவணன் ஏன் அழிக்கப்பட்டான். அவன், இரக்கம் என்ற ஒரு பொருள் இல்லா அரக்கனானபடியால்! - மிகச் சுருக்கமாக முடித்து விடுகிறீர், கவியே!

நான், என் மீது குற்றம் சாட்டுபவருக்குச் சிரமம் அதிகம் இருக்கக் கூடாது என்பதற்காகத்தான், எந்தெந்த சமயத்திலே நான் இரக்கமின்றி நடந்து கொண்டேன் என்ற விஷயங்களைக் கூறினேன்.

கம் : எங்களால் கூட முடியாது - அவ்வளவு தெளிவாகக் கூற.

இரா : இதைவிடத் தெளிவாக இருக்கும். இனி என்னுடைய பதில்

நீதி : பல சமயங்களில் இரக்கமின்றி நடந்து கொண்டதை விவரமாக எடுத்துக் கூறிய பிறகு பதில் என்ன இருக்கிறது தெரிவிக்க?

இரா : பதில், ஏராளமாக இருக்கிறது. அந்தியுடன் நடந்தாக வேண்டும் என்று தீர்மானிக்கும் வழக்கு மன்றங்களைக் கூட நீதியின் பக்கம் இழுக்கக் கூடிய அளவுக்குப் பதில் உண்டு - கேளுங்கள்! இரக்கம் இரக்கம் காட்டவில்லை நான்... யாரிடம் ஒரு பெண்பாலிடம் அபலையிடம் ஏன்? அரக்கனல்லவா நான்! இரக்கம் என்ற ஒரு பொருள் தானே கிடையாது. கம்பர் கூறியது போல்! கம்பர் கூறுவதானாலும் சரியே. தாங்கள்

கூறினாலும் சரியே! இரக்கம் என்றால் என்ன? இலட்சணம் கூற முடியுமா? இன்ன விதமான நிலைமைக்குத்தான் இரக்கம் என்று பெயர் என்று திட்டவட்டமாகக் கூறமுடியுமா?

கம் : இலங்காதிபதி வழக்கு மன்றத்திலே நிற்கிறார்; பள்ளிக்கூடத்திலே அல்ல!

இரா : நீதியின் கூட்டத்திலே நிறுத்தப்பட்டிருக்கிறேன். ஆகவே தான் என் மீது சாட்டப்பட்ட குற்றத்தின் தன்மையை, குற்றம் சாட்டுபவர்கள் முதலில் அளக்க வேண்டும் என்று கேட்கிறேன். உங்களுக்குத் தண்டிக்க மட்டும் தான் தெரியும்? விளக்கவும் தெரிய வேண்டுமே! கூறுங்கள்... இரக்கம் என்றால் என்ன? எது இரக்கம்? உங்களைக் கேட்கிறேன், நீங்கள் ஏன் ஊமையாகி விட்டீர்கள்? இரக்கம் என்றால் என்ன பொருள்?

நீதி : இரக்கம் என்றால் பிறருடைய நிலைமை கண்டு, வேதனையைக் கண்டு பரிதாபப்படுவது, மனம் இளகுவது, இளகி அவர்களுக்கு இதம் செய்வது...

கம் : இதம் செய்யாவிட்டாலும் போகிறது, இன்னல் செய்யாமலாவது இருப்பது...

இரா : அதாவது தன்னால் என்ன வேண்டுமானாலும் செய்ய முடியும் என்ற ஆதிக்கம் இருக்க வேண்டும். அந்த ஆதிக்கத்தைக் கண்டு அஞ்சுபவன் ஒருவன் இருக்கிறான். அவனால் ஆதிக்கக்காரனை எதிர்க்கவோ தடுக்கவோ முடியாது. அந்த நிலையிலே அவன் இருக்கும் பரிதாபகரமான, உதவியற்ற நிலைமையைக் கண்டு மனம் உருகுவது, அவனுக்குக் கேடு ஏதும் செய்யாதிருப்பது, கூடுமானால் அவனுக்குள்ள கஷ்டத்தைப் போக்குவது - இது தானே இரக்கம்?

கம் : மகா பண்டிதனல்லவா! அருமையான வியாக்யானம் செய்துவிட்டாய், இரக்கம் என்ற தத்துவத்திற்கு.

இரா : தாகவிடாயால் தவித்துக் கொண்டிருக்கிறது ஒரு புள்ளிமான். அடவியிலே நீர் தேடி அலைகிறது. அந்த நேரத்திலே சிறுத்தை ஒன்று மானைக் கண்டுவிடுகிறது. மான் மிரள்கிறது; சிறுத்தை அதன் நிலை கண்டு மனம் இளகி, பாவம் இந்த மானைக் கொல்லலாகாது என்று தீர்மானித்து, இரக்கப்பட்டு, மானை அருகாமையிலுள்ள நீர் நிலையத்துக்கு அழைத்துச் சென்று, அது நீர் பருகும் போது வேறு துஷ்ட மிருகத்தால் ஒரு தீங்கும் நேரிடாதபடி காத்துக் கொண்டிருக்கிறது. அதுதானே இரக்கம்?

கம் : சிலாக்கியமான இரக்கம்! ஆனால் சாத்தியமா என்பது வேறு விஷயம்.

இரா : மானை அம்பு எய்திக் கொல்ல வருகிறான் வேடன். வேடனுக்கு இரக்கத்தின் மேன்மையை எடுத்துக் கூறி தவசி தடுக்கப் பார்க்கிறார். வேடன் என்ன செய்வான்?

கம் : வேடனா அவன் தவசியின் பேச்சைத் தள்ளி விடுவான். முரடனல்லவா அவன்?

இரா : முரடனாக மட்டுமா இருக்கிறான்? ஞானக்கண்ணிலாக் குருடன்...

கம் : வாஸ்தவம்!, வாஸ்தவம்...

இரா : அந்த முரடன், குருடன், ஊமையல்ல அவன் என்ன செய்வான் தெரியுமா; தவசியைப் பார்த்து? 'முனிபுங்கவரே என் தொழில் காட்டிலே வேட்டையாடுவது. இந்த மானை

நான் கொன்றால்தான் இன்றைய வாழ்வு எனக்கு! இரக்கமில்லையா...' என்று கேட்கிறீர். தவசியே! பரமனையே நோக்கித் தவம் புரியும் உமது கூட்டத்தவர் யாகங்களிலே, ஆடுகளைப் பலியாக்குகிறீர்களே, அந்தச் சமயம் இரக்கம் என்று ஒரு பொருள் உம்மை விட்டுப் போய்விடும் காரணம் என்ன என்று கேட்பான். கேட்டான் என்று கருதுவோம். முனிவர் என்ன சொல்வார்?

கம் : முட்டாளே! யாகம் பகவத் ப்ரீதிக்கான காரியம் என்று கூறுவார்.

ரா : இறைவன் வழிபாட்டுக்கான காரியத்துக்கும் இரக்கம் என்ற பண்புக்கும் பகையா... ஸ்வாமி! என்று வேடன் கேட்பானே!"

நீதி : கற்பனைக் காட்சிகள் ஏன்? உன் கட்சியைக் கூறு. இரக்கம் என்றால் பிறர் கஷ்டப்படுவது கண்டு மனம் இளகுவது. அந்த உயரிய பண்பு உன்னிடம் இல்லை...

இருந்ததா?

இரா : இல்லை! நானே கூறினேனே, எந்தெந்தச் சமயங்களிலே இரக்கம் கொள்ளவில்லை என்பதை. நான் இரக்கப்பட்டேன் என்று புளுகு பேசித் தப்பித்துக் கொள்ள விரும்பவில்லை. என் வாதம் வேறு...

நீதி : அது என்ன வாதம்? கூறும்... கேட்போம்!

இரா : இரக்கம் - எனக்கு இல்லை என்று கூறி, அந்த ஒரு பொருள் இல்லாத நான், அரக்கன் என்று கூறி, அரக்கனான நான் அழிக்கப்பட்டது; இரக்கம் எனக்கு இல்லாததால்தான் என்று

பேசுகிறார்களே, அது வீண் அபவாதம் ஏனெனில், ஒருவனுடைய சிந்தனையும், செயலும் அவனவனுடைய தொழில், வாழ்க்கை முறை, இலட்சியம் என்பனவற்றைப் பொறுத்திருக்கிறது. அந்த நிலையிலே, 'கருணாகரன்' என்று புகழப்படுபவர்களும் கூடப் பல சமயங்களிலே இரக்கமற்று இருந்திருக்கிறார்கள். இரக்கம் இல்லாதார் அரக்கர் என்றால் அனைவரும், ஆண்டவன் உட்பட அனைவரும் அரக்கர்தான்...

நீதி : விசித்திரமான வாதமாக இருக்கிறது.

இரா : வேடன், இரக்கத்தைக் கொள்ள முடியாததற்குக் காரணம் அவனுடைய வாழ்க்கை முறை, தொழில்; வேதமோதி வேள்வி நடாத்தும் முனிவர்கள், யாகப் பசுக்களைச் சித்திரவதை செய்யும்போது இரக்கம் காட்டாதது, அவர்கள், இரக்கம் என்பதைவிட, பக்தி என்ற வேறோர் இலட்சியத்துக்கு அதிக மதிப்பு தருவதே காரணம். வேடனின் வாழ்வும், வேதமோதியின் உயர்வும் அவரவர்க்கு இரக்கத்தைவிட அதிக அவசியமுள்ளதாகத் தெரிகிறது. ஆஸ்ரமங்களிலே உள்ள மான்தோல் ஆசனங்கள், இரக்கத்தின் அடையாளச் சீட்டுகளா? விதவிதமான யாகங்கள், இரக்க லட்சிய வாதிகளின் செயலா? எங்கே இரக்கம்? ஏன் இல்லை? அவர்கள் அரக்கரல்லவா? நான் மட்டுமா அரக்கன்?

கம் : தபோதனர்களை அரக்கராக்கிவிட்டார் இலங்கேசன்! இனி, தயாபரனையும் குற்றம் சாட்டுவார் போலும்!

இரா : தாய் பிடிக்க, தந்தை அறுக்க, சீராளனைக் - கறியாக்கும்படி தயாபரன் சோதித்தது,

இரக்கமென்ற ஒரு பொருள் இல்லாதவர் அரக்கர் என்ற உமது இலக்கணத்தைப் பொய்யாக்கத்தான்! சிறுதொண்டன் உமது சிறுமதிக் கோட்பாட்டைப் பெருநெறியெனக் கொண்டிருந்தால், சிவனாரை நோக்கி, 'ஐயனே! பாலகனைக் கொன்று கறி சமைக்கச் சொல்கிறீரே, எப்படி மனம் வரும்? இரக்கம் குறுக்கிடுமே!' என்று கூறியிருந்திருப்பார். உமது தொண்டர் புராணமும் வேறு உருவாகி இருக்கும் அல்லவா?

கம் : பேசினால் மிருகத்தின் கதை; இல்லாவிட்டால் மகேசன் கதை இவ்வளவுதானா? இவை இரண்டும் வாதத்துக்குத் தக்கவையாகா. ஒன்று பகுத்தறிவு இல்லாத பிராணிக் கதை; மற்றொன்று மனித நீதிக்குக் கட்டுப்பட வேண்டிய அவசியமில்லாத மகேஸ்வரன் விஷயம். பிரஸ்தாப வழக்குக்கு இரண்டும் பொருந்தா.

நீதி : கம்பர் கூறினது முற்றிலும் உண்மை. காட்டில் புலியும், கைலையில் உலவும் ஈசனும் கோர்ட் விவகாரத்திலே உனக்கு உதவி செய்ய முடியாது.

இரா : வேள்வி செய்யும் முனிவர்கள், இரக்கம் கொள்ளவில்லை என்பதைக் கூறினேனே...

நீதி : ஆமாம்... கம்பரே குறித்துக் கொள்ளும்... சரி, இராவணரே! வேறு உண்டோ!

இரா : ஏராளமாக! ஆமாம். தாங்கள் எதற்குக் கட்டுப்பட்டவர்?

நீதி : நீதிக்கு!

இரா : மண்டோதரி; இது சமயம் இங்கு நின்று கதறினாள்.

நீதி : நீதி நெறியினின்று நான் அப்போதும் தவற முடியாது.

இரா : அவளுடைய கண்ணீரைக் கண்டும்.

நீதி : கண்ணீருக்காகக் கடமையினின்றும் தவற மாட்டேன்.

இரா : அப்படியானால் கடமை பெரிதா? இரக்கம் பெரிதா?

நீதி : சிக்கல் நிறைந்த கேள்வி...

இரா : சிக்கல் நிறைந்ததுதான் ஆனால் பலருக்கும் இந்தப் பிரச்னை வந்தே தீரும். கடமையின் படிதானே நீர் நடந்தாக வேண்டும்?

நீதி : ஆமாம்!

இரா : கடமையை நிறைவேற்றுகையில் அச்சம், தயை, தாட்சண்யம், எதுவும் குறுக்கிடக் கூடாது. ஆக, அறமன்றத்திலே நீர் வீற்றிருக்கும் போதெல்லாம் அரக்கர் தானே?

நீதி : கம்பரே! குறித்துக் கொள்ளும்

கம் : உயர்ந்த இலட்சியத்துக்காக உழைக்கிறீர்கள்; இரக்கம் என்பதை இலட்சியப்படுத்தாதது குற்றமல்ல.

இரா : ஆம்! ஆனால் எது உயர்ந்த லட்சியம் - எது குறைந்தது என்பது அவரவர்களின் சொந்த அபிப்பிராயம். அந்த அபிப்பிராயத்தை உருவாக்குவது அவரவர்களின் தொழில், வாழ்க்கை முறை, ஜீவியத்திலே அவர்களுக்கென்று

ஏற்பட்டுவிடும் குறிக்கோள் இவற்றைப் பொறுத்தது.

நீதி : சரி! வேறு உண்டோ?

இரா : ஏன் இல்லை! தபோதனரும் நீதிபதியும் மட்டுந்தானா? என்னைப் போன்றவர்கள் இன்னும் ஏராளம்! சாட்சிகளை அழையுங்கள். இனி...

[சாட்சிகள் பட்டியைப் பார்க்கிறார் நீதிதேவன். சூர்ப்பனகை வருகிறாள்]

இரா : தங்கையே! உன் கதையைக் கூறு...

நீதி : எழுதிக் கொடுத்து விடட்டுமா?

இரா : ஆமாம்! ஆயிரமாயிரம் வீரர்களுக்கு அதிகாரியாக வீரமொழி பேசி வந்த என் தங்கை, இப்போது, நாலு பேர் நடுவே நின்று பேச முடியாதபடி தான் ஆக்கப்பட்டு விட்டாள்...

[சூர்ப்பனகை ஓர் ஓலையைக் கொடுக்கிறாள்... கோர்ட்டிலே ஒருவர் அதை வாசிக்கிறார்.]

இராம இலட்சுமணரைக் காட்டிலே கண்டேன். மூத்தவரிடம் மோகம் கொண்டேன். எவ்வளவோ எடுத்துக் கூறினேன். காதல் கனலாகி என்னைத் தகித்தது. மன்றாடினேன்...!

இரா : கொஞ்சம் நிறுத்து நீதிதேவா! ஒரு பெண்; அரச குடும்பத்தவள், அதிலும் வணங்காது வாழ்ந்து வந்த என் தங்கை வலிய சென்று, தன் காதலை வாய் விட்டுக் கூறினாள். இராமன் மறுத்தான்... ஏன்?

கம் : இது தெரியாதா? ஸ்ரீராமச்சந்திரர் ஏகபத்தினி விரதர்.

இரா : ஏகபத்தினி விரதம் என்ற இலட்சியத்திலே அவருக்குப் பற்றுதல்.

கம் : ஆமாம்!

இரா : அந்த இலட்சியத்தை அவர் பெரிதென மதித்தார்.

கம் : பெரிதென மட்டுமல்ல, உயிரென மதித்தார்.

இரா : தாம் உயிரென மதித்த இலட்சியத்தின்படி நடந்து கொள்ள வேண்டுமென்று, ஒரு மங்கையின் கண்ணீரைக் கண்டால் இயற்கையாக வரும் இரக்கத்தை இரவிகுல் சோமன் தள்ளிவிட்டார்.

கம் : இரக்கம் காட்டுவதா இந்தத் தூர்த்தையிடம்?

இரா : காதலைத் தெரிவிப்பவர் தூர்த்தையா...?

கம் : இஷ்டமில்லை என்று கூறினபிறகு, வலிய சென்று மேலே விழுவது, உயர்குல மங்கையின் பண்போ?

இரா : கம்பரே! என் தங்கை சூர்ப்பனகை கண்ட ஆடவர் மீது காமுற்றுக் கருத்தழிந்தவளா? இராமனைக் காணுமுன்பு, அன்று நடந்து கொண்டது போல என் தங்கை வேறு எந்தச் சமயத்திலேனும் நடந்து கொண்டாளா?

கம் : இல்லை! ஒரு முறை செய்தால் மட்டும் குற்றம் குறைந்து விடுமா, என்ன?

இரா : அதற்கல்ல நான் கேட்பது? ஒருநாளும் இன்றி, அன்று இராமனைக் கண்டதும் காதல் கொண்டாள். அவளுடைய குணமே கெட்டது என்றா அதற்குப் பொருள்? அன்று மட்டும் அவ்விதமான எண்ணம் ஏற்பட்டது ஏன்?

கம் : என் இராமனுடைய சௌந்தர்யத்தைக் கண்டு!

இரா : குற்றம் அவளுடையதா?

கம் : ஏன் இல்லை? சீதையிருக்க, இவள் எப்படி...

இரா : மன்னர்கள் பல மனைவியரை மணம் செய்வது முறைதானே?

கம் : ஆமாம்! ஆனால் இராமன் ஏக பத்தினி விரதனாயிற்றே!

இரா : அவள் அறியமாட்டாளே! ஆகவேதான், தன் ஆசையைத் தெரிவித்தாள். அன்றுவரை அவள் எந்த ஆடவரிடமும் வலிய சென்று காதலை வெளியிடும் வழுக்கி விழுந்தவளல்ல. அன்று ஓர் வடிவழகனைக் கண்டாள்; மன்றாடி நின்றாள். இரக்கம் இருந்தால் ஏற்றுக் கொண்டிருக்கலாமே! விரதத்துக்குப் பங்கம் வரக்கூடாதென்பதிலே விசேஷ அக்கறை கொண்டு, அவளை நிராகரிப்பதானாலும், இப்படி அலங்கோலப் படுத்தாது இருந்திருக்கலாமே! அவளுடைய நாசியைத் துண்டித்தபோது இராம - இலட்சுமணர்கள் இரக்கத்தை எத்தனை யோசனை தூரத்திலே விரட்டினார்கள்?

அவர்கள் அரக்கரல்லவா?

கம் : காமப்பித்தம் பிடித்து அலைந்தவளைத் தண்டிக்காமல் விடுவாரோ?

இரா : கம்பரே! நான் இருக்கிறேன், தண்டனை தர! என் தங்கையின் துர்நடத்தையை எனக்குத் தெரிவித்திருக்கலாமே! ஏதாவது தந்திரம் பேசி, அவளை அனுப்பி விடுவது, மறுபடி அவள் வருவதற்குள் எனக்குச் செய்தி அனுப்பினால், நான் இருக்கிறேன், அவளுக்குப் புத்தி புகட்ட இரக்கமும் இல்லை; யூகமும் இல்லை. இதோ, இங்கே நிற்கிறாள், நாசியற்ற நங்கை!

இரக்கத்தை மறந்த அரக்கரால் அலங்கோலப் படுத்தப்பட்டவள்!

தங்காய் போ! தயையே உருவெடுத்தவர்களின் தீர்ப்பு; நான் இரக்கமென்ற ஒரு பொருள் இலா அரக்கன் என்பது ஒரு நாள் சிக்கின சூர்ப்பனகை, எந்த நாளும் எவர் முன்பும் வரமுடியாத நிலையைப் பெற்றாள். என் கைதியாகப் பலநாள் இருந்த சீதை, சௌந்தர்யவதியாய், சகல சௌபாக்கியங்களையும் அயோத்தியிலே பிறகு அனுபவித்தாள். ஆனால் நான் அரக்கன்...

(சூர்ப்பனகை போய் விடுகிறாள். நீதிதேவன் மறுபடியும் சாட்சிப் பட்டியைப் பார்க்கிறார்)

இரா : நீதிதேவா! சாட்சிப் பட்டியிலே தாடகை, சுபாகு, மாரீசன், கரன் முதலிய வதைபட்ட என் மக்களின் பெயர் இருக்கும். அவர்களெல்லாம் துஷ்டர்கள். ஆகவே தண்டித்தார் என்று கம்பர், பல்லவி பாடுவார். ஆகவே, அவர்களை விட்டுவிடும். கூப்பிடும் கைகேயி அம்மையை!

[கைகேயி வருகிறாள்]

இரா : கேகயன் மகளே! மந்தரையின் சொல்லைக் கேட்ட பிறகு, இராமனைப் பட்டத்துக்கு வரவிடாமல் தடுக்க நீ திட்டம் போட்டாயல்லவா?

கை : ஆமாம்

இரா : சக்கரவர்த்தியின் மூத்த குமாரன் என்ற முறையிலே இராமனுக்கு அயோத்தியிலே ஆனந்தமாக வாழ்வு இருந்ததல்லவா?

கை : ஆமாம்!

இரா : அதிலும் கண்ணோடு கண் கலந்த காதல் வாழ்க்கை நடத்தி வந்த காலம்...

கை : ஆமாம்...

இரா : அப்படிப்பட்ட ஆனந்த வாழ்விலே இருந்த இராமனைக் காடு போகச் சொன்னபோது, அடவியிலே உள்ள கஷ்டம், ஆபத்து இவைகளுக்கு இராமன் உள்ளாகி, மிகவும் கஷ்டப்படுவானே என்று உமக்குத் தோன்றவில்லையா?

கை : தோன்றிற்று. ஆனால் பரதன் நாடாள்வதாக இருந்தால் இராமன் காடேகத்தான் வேண்டும் என்று தீர்மானித்தேன். வேறு வழியில்லை.

இரா : பஞ்சணையில் துயிலும் இராமன் பசும் புல்தரையிலே படுப்பான், கனகமணி அணிந்தவன் மரஉரிதரிப்பான்; ராஜபோஜனம் உண்டவன் காய்கனி தின்பான்; வசிட்டரைக் கண்டு களித்த கண்களால், துஷ்ட மிருகங்களைக் கண்டு கலங்குவான்; அரசாள வேண்டியவன் விசாரத்திலே - வேதனையிலே மூழ்குவான் என்று தெரிந்திருந்தும்.

கை : காடு ஏகத்தான் வேண்டும் என்று கூறினேன்.

இரா : இராமன் காடு ஏகுவான் என்ற நிலை வந்ததும், அயோத்தியிலே இருந்தவர்கள் எப்படியானார்கள்?

கை : சொல்ல முடியாத அளவிற்குக் கஷ்டப்பட்டார்கள்.

(கம்பரைப் பார்க்கிறாள்.)

இரா : கம்பர், அது பற்றி விவரமாகப் பாடி இருக்கிறாரே, என்கிறீரா? நான் அவருடைய கவிதை சிலவற்றிலிருந்து குறிப்பு வாசிக்கிறேன். அவை உண்மையா என்று பாரும்; முடியுமானால் கூறும்.

[ஓலையைப் புரட்டிக் கொண்டே] அயோத்தியா காண்டம்; நகர் நீங்கு படலத்திலே, ஊரார் துயரைக் கம்பர் உள்ளம் உருகும் முறையிலே இருபது பாடல்களுக்கு மேல் வர்ணித்திருக்கிறார்.

"இராமன் காடு செல்வான் என்ற சொல் காதிலே வீழ்ந்ததோ, இல்லையோ - அரசரும் அந்தணரும், மற்ற மாந்தரும் தசரதனைப் போலவே துயருற்றுக் கீழே சாய்ந்தார்களாம்... புண்ணிலே நெருப்புப் பட்டது போலிருந்ததாம் அந்தச் செய்தி. மாதர்கள், கூந்தல் அவிழப் புரண்டு அழுதனராம்! அடியற்ற மரமெனக் கீழே வீழ்ந்தனராம். அம்மே, கைகேயி" என்று கம்பர் பாடுகிறார்.

'கிள்ளையோடு பூவையழுத கிளர்மாடத்
துள்ளுறையும் பூசையழுத வருவறியாப்
பிள்ளையழுத பெரியோரை யென் சொல்ல
வள்ளல் வனம் புகுவா னென்றுரைத்த மாற்றத்தால்',

வள்ளலாம் இராமன் வனம் புகுவான் என்ற வார்த்தையைக் கேட்ட அளவிலே, கிளியும் நாகணவாய்ப் பட்சியும், வீடுகளிலே வசிக்கும் பூனைகளும், உருவத்தை அறியாத சிறு குழந்தைகளும் அழுதன என்றால், பெரியவர்கள் அழுதது பற்றி என்னவென்று சொல்வது என்று கம்பர் பாடியிருக்கிறார். கம்பரே தங்கள் பாட்டுக்கு நான் கூறிய பொருள் சரிதானே?

கம் : உண்மையே! இராகவன் காடு செல்கிறான் என்று கேள்விப் பட்டவுடன் பட்சிகளும் பூனைகளும் குழந்தைகளும் கூட அழுதன என்று பாடினதுண்டு. ஏன், இன்னொரு பாடலும் உண்டே

"ஆவுமழுதவன் கன்றழுதவன் றலர்ந்த
பூவுமழுத புனற்புள்ளழுத கள்ளொழுகுங்
காவுமழுத களிறழுத கால்வயப்போர்
மாவுமழுதன வம்மன்னவனை மானவே"

என்றும் பாடியிருக்கிறேன்.

நீதி : இராவணன் கூறினதை விட, இந்தப் பாடல் கொஞ்சம் கடினம்!

இரா : எளிதாக்கி விடலாம் நீதிதேவனே!

'ஆவும் அழுத, அதன் கன்று அழுத, அன்று அலர்ந்த பூவும் அழுத, புனல் புள் அழுத, கள் ஒழுகும் காவும் அழுத, களிறு அழுத, கால்வயப்போர் மாவும் அழுத. அம்மன்னவனை மானவே' - இதுதான் கவிதை. ஆவும், காவும், மாவும், களிறும், இப்படிப் பலவற்றைக் கவி சந்திக்கச் செய்ததாலே கொஞ்சம் சிரமமாக ஆகிவிட்டது கவிதை! அழுத என்பது இடையிடையே அடிக்கடி வருகிறது, ஒரே பொருள் உணர்த்த கவிதையின் பொருள் இதுதான் - அந்தத் தசரத மன்னவனைப் போலவே பசு, அதன் கன்று, அன்று மலர்ந்த புஷ்பம், நீரிலே வாழும் பறவைகள், தேன் பொழியும் சோலை, தேரில் பூட்டப்படும் வலிவுள்ள குதிரைகள் இவை யாவும் அழுதன என்கிறார் கவி!

நீதி : ஏது, இராவணனே! கம்பரின் கவிதைகளை நுட்பமாக ஆராய்ந்திருக்கிறீரே!

இரா : எதிர்க்கட்சி வக்கீலாயிற்றே கம்பர்! அவருடைய வாய்மொழியிலுள்ளவைகளைக் கவனித்து தானே என் குற்றமற்ற தன்மையை நிரூபிக்க வேண்டும்?

நீதி : சரி! இராமன் வனம் புகுவது வேட்டு அயோத்தி ஒரே அழுகுரல் மயமாகி விட்டது. அதனால்...

இரா : (கைகேயியைப் பார்த்து) ஏனம்மா கைகேயி இராமன் காடு போகிறான் என்பதைக் கேட்டு பூனையும், யானையும், குதிரையும், குழந்தையும், பூவும், காவும், கிளியும், நாகணவாய்ப் பட்சியும் மனம் உருகி அழுதனவாமே! அந்த நேரத்திலும் தங்கள் மனம் இளகவில்லையோ?

கை : இல்லை...

இரா : ஊரார் ஏசினர் நீதிதேவா! ஒரு மன்னரின் மனைவியைச் சொல்லத்தகாத மொழியினால் கூட ஏசினர். கொடியவளே கொலைகாரி!' என்று தசரதன் ஏசினார். ஊரார் என்ன சொன்னார்களாம் தெரியுமோ? கம்பரே கூறலாமோ?

கம் : எந்தப் பாடலைச் சொல்லப் போகிறீர்?

இரா : நீர் பாடியதைத்தான் நான் என்ன கவியா, சொந்தமாக பாட! 'கணிகை காண் கைகேசி' என்று ஊரார் பேசினராம் [கைகேயி கோபமாகப் பார்க்க] அம்மே! அரக்கனாம் என் மொழி அல்ல இது. அயோத்யா காண்டம், நகர் நீங்கு படலம் 109ம் பாடல்...

கம் : கணிகை காண் கைகேசி என்றால் விலைமகள் என்று பொருள். நான் அப்படிப் பாடவில்லை. கொஞ்சம் இடைச் செருகல் புகுந்து விட்டது. நான் பாடினது கணிகை நாண் கைகேசி' என்றுதான்.

இரா : பாட்டு பழுது பார்க்கப்பட்ட பிறகு, பொருள் முன்பு இருந்ததை விட மோசமாகி விட்டது கம்பரே... முன்பாவது. கைகேயியை வேசி என்று கூறினீர் இப்போது வேசையரும் கண்டு வெட்கப்படுவர், கைகேயியின் கெட்ட குணத்தைக் கண்டால் என்றல்லவோ பொருள்?

கம் : வேறு விதமாகத்தான் இருக்க வேண்டும். நிதானமாக யோசித்தால்தான் முடியும். கைகேயியை நான் கணிகை என்று கூற முடியுமா?

இரா : கூறினீர்! வேறோர் சமயம் திருத்திக் கொள்ளும். சரி ஊரார் கண்டபடி ஏசினர். ஆனால் கேகயகுமாரியின் மனம் மாறவில்லை.

நீதி : ஆமாம்! கொஞ்சமும் இரக்கமில்லை...

இரா : அரக்கமாதல்ல, நீதிதேவா! கைகேயி அம்மை! தசரதன் சோகமுற்று 'மானே! மடமயிலே கேகயன் மகளே! கேளடி என் மொழியை பேயும் இரங்குமே பெண்கட்கரசே நீ இரங்காயோ?' என்று எவ்வளவோ கெஞ்சினான். கைகேயி மன்னனின் புலம்பலைக் கேட்டும் மனம் இளகவில்லை. மன்னன் மூர்ச்சித்துக் கீழே விழுந்தான். அம்மையின் மனதிலே இரக்கம் எழவில்லை. கம்பர் கூறினார். மன்னர் பலர், எந்தத் தசரதனின் பாதங்களில் வீழ்ந்து வணங்கினார்களோ, அப்படிப்பட்ட மன்னர்

மன்னன் கைகேகியின் காலிலே விழுந்தான். கைகேசி சூழ்வினைப் படலம் 25வது செய்யுள். தன் மணாளன், மன்னர் மன்னன் தன் காலில் விழுந்து அழுது, கெஞ்சி, 'எனக்கு உயிர்ப்பிச்சை தர வேண்டும். என் மகன் இராமன் நாடாளாவிட்டால் போகிறது; காடு போகச் செய்யாதே! அவன் போனால் என் உயிர் நில்லாதே' என்று உள்ளம் உருகிக் கதறுகிறான். கேகயகுமாரி அப்போதாவது இரக்கம் காட்டினதுண்டா? இல்லை! கோசலை அழுதபோது? இல்லை! சீதை மரவுரி தரித்தபோது? இல்லை ஊரே புரண்டு அழுதபோது? இல்லை! துளியும் இரக்கம் காட்டியதில்லை. வெற்றி பெற்றோம் என்ற களிப்புடன் அன்றிரவு துயிலில் நிம்மதியாக ஈடுபட்டார்களாம்! கம்பர் கூறியுள்ளார். உண்மைதானே கம்பரே?

கம் : உண்மைதான்!

இரா : இரக்கம் என்ற ஒரு பொருள் இல்லாதோர் அரக்கர்! உமது இலக்கணமல்லவா அது? கைகேயி அம்மையிடம் அந்த இரக்கம் ஒரு துளியும் இல்லையே என், அரக்கர் குலமாக்கவில்லையே அம்மையை இரக்கமென்ற ஒரு பொருள் இல்லாத காரணத்தாலே நானிருந்த இலங்கை அழிந்தது என்றீரே, இரக்கத்தை எள்ளளவும் கொள்ளாத இந்த அம்மையார் இருந்தும் அயோத்திக்கு அழிவு வராத காரணம் என்ன? என் தங்கைக்குப் பங்கம் செய்தவர்களைப் பழிவாங்க வேண்டுமென்ற எண்ணம். என் கண்முன் சீதை கதறிய போதிலும் இரக்கப்படக் கூடாது - இரக்கத்துக்காக வேண்டி அரக்கர் குல அரச மங்கையின் அங்கத்தைத் துண்டித்த ஆரியர்களை வதைக்காது

விட்டோமானால் அரக்கர் குலத்தையே ஆரிய குலத்தின் அடிமையாக்கி வைக்கும் இழிசெயல் புரிந்தவனாவோம் என்று எண்ணினேன். அந்த எண்ணத்தின் முன் இரக்கம் தலை காட்டவில்லை. இரக்கம் காட்டாததற்காக நான் அழிந்து படுவது! இரக்கமின்றி என் தங்கையைப் பங்கப்படுத்தி, வாலியை மறைந்திருந்து கொன்ற இராமன், தெய்வமென்று கொண்டாடப்படுவது தேன் தமிழிலே இந்தக் கம்பனுக்குப் பாட்டு கட்ட தெரிந்ததால் நீதிதேவா இது சரியா? சீதையை நான் களவாடிச் சிறை வைத்தேன். மூவர்கள் இது போல் பலமுறை செய்திருக்கிறார்களே! நான் சீதையின் சம்மதம் கிடைக்கட்டும் என்று சிந்தையில் மூண்ட காமத்தைக் கூட அடக்கினேன். மூவர்கள் அழகிகளைக் கண்ட நேரத்தில், அடக்க முடியாத காமத்தால் ஆபாசங்கள் செய்திருக் கின்றனரே! எந்தத் தேவன் கற்பை மதித்தான் எத்தனை ஆஸ்ரமங்கள் விபச்சார விடுதிகளாக இருந்ததற்குச் சான்று வேண்டும்? மானைக் காட்டி மயக்கினேன் என்று கூறினார், முருகன் யானையைக் காட்டி மிரட்டினானே வள்ளியை இங்கே உள்ள தேவரும் மூவரும் செய்யாததை நான் செய்ததாக ருஜுப்படுத்தும் பார்ப்போம்! சீதை போன்ற ஜெகன் மோகினி என் கரத்திலே சிக்கியும் சீரழிக்காது நான் விட்டதுபோல எந்தச் சிங்காரியையாவது தேவரும் மூவரும் விட்டிருப்பாரா? கூறுங்கள் இரக்கம் இல்லை என்று குற்றம் சாற்றினது அக்ரமம் அதற்காக இலங்கையை அழித்தது அநீதி! என் வேலை தீர்ந்தது. இனி நீதியின் வேலை நடக்கட்டும்...

[நீதிதேவன் திடீரென்று மயங்கிக் கீழே சாய்கிறான். ஜூசாரிகள் எழுந்து நிற்கிறார்கள். நீதிதேவனுக்கு மயக்கம் தெளிந்த பிறகு தீர்ப்பு என்று கோர்ட் சேவகர் தெரிவிக்கிறார். 'அது நெடுநாளைக்குப் பிறகுதானே சாத்தியம்' என்று கூறிக் கொண்டே இராவணன் போய்விட கோர்ட் கலைகிறது. கம்பர் அவசரத்திலே கால் இடறிக் கீழே வீழ்கிறார்.]

[காட்சி முடிவு]

நீதிதேவன் மயக்கம் | 39

காட்சி - 5

இடம் : தவச்சாலை

இருப்போர் : சம்புகன், இராமன், சம்புகன் தாய்.

நிலைமை : [தவச்சாலையில் சம்புகன், தவம் செய்து கொண்டிருந்தான். சாந்தி தவழும் அவன் முகம், காண்போரை வசீகரப் படுத்தக் கூடியதாக இருக்கிறது.]

தேவனின் திருப்பெயர்களைக் கூறித் துதிக்கிறான்.

இராமன் அங்கு வருகிறான். முகத்திலே கோபக்குறியுடன்.

சம்புகனின் தவம், இராமனின் அதிகாரக் குரலால் கலைகிறது.

சீற்றத்துடன், பேசுகிறான் மன்னன் - காரணம் புரியாதவனாகிக் குழம்புகிறான் சம்புகன்.

மன்னரின் கோபம், எதன் பொருட்டு என்பதை அறிந்ததும் சம்புகனுக்குச் சிரிப்பு உண்டாகிறது.

தவம் செய்வது, தவறா என்று தன்னைத்தானே கேட்டுக் கொள்கிறான்.

தண்டிக்க வந்த இராமனையும் கேட்கிறான்.

சம்புகன் : தரும் சொரூபியே! தவம் செய்வது, குற்றமா? என் தலை மட்டும் வெட்டப்பட்டு விட்டால், கவலை கொள்ளேன், இராமா தர்மத்தையே, வெட்டி வீழ்த்துகிறாயே, - தகுமா? இராவணனைக் கொன்றாய், இலங்கையை வென்றாய், என்று கூறினார்களே, அது பொய் மன்னரின் பெருமை மங்கக் கூடாது என்பதற்காக, யாரோ, தந்திரசாலி கட்டிவிட்ட

பொய்யாக இருக்க வேண்டும். இராமா நீ, இராவணனிடம் தோற்றாய் - அவன் உன்னைத் தன் பெருந்தன்மையால், மன்னித்தான் - மணி முடியும் சுமந்து கொண்டிரு என்று சொன்னான். - ஆம் அதுதான் நடந்திருக்கும் - இங்கு நீ. இராவணனுடைய பிரதிநிதியாகவே வந்திருக்கிறாய்.

இரா : சம்புகா சித்த சுவாதீனமற்றவன் போலப் பேசாதே.

சம் : பொய் அல்ல. அவன் தவத்தை அழிப்பவன் இதோ நீயும் அதே வேலையை செய்ய வந்திருக்கிறாய் - அவனாவது தவத்தை மட்டும் அழித்தான். நீயோ, தவம் செய்யும் என்னையே அழிக்க வந்தாய் - அவனுக்கு நீ பிரதிநிதிதானே! - பொய்யா -

இரா : சம்புகா! இங்கு நான் தவம் கூடாது என்று கூறி, நடத்தப்படும் தவங்களை எல்லாம் அழித்துக் கொண்டிருக்கிறேன் என்றா எண்ணுகிறாய்? தவம் நடக்கிறது - நான் அதனை ஆதரிக்கிறேன் - உதவியும் செய்கிறேன்.

சம் : இது, தவம் அல்லவா?

இரா : தவம்தான் ஆனால் நீ செய்வது, தகாது - என் கோபம், தவத்தின் மீது அல்ல - அந்தக் குணம் அரக்கனுக்கு! அவரவர், தத்தம், குலத்துக்கேற்ப நடக்க வேண்டும் என்ற தர்மத்தைக் காப்பாற்றவே, நான் இந்தக் கடுமையான நடவடிக்கை எடுக்க நேரிடுகிறது. அரக்கர் போலத் தவங்களைக் கெடுக்கும் துஷ்டனல்ல நான்.

சம் : யோசியாமல் பொய் பேசுகிறாய் - இராமா கூசாது பேசுகிறாய். உன் ஆட்சியிலே, சிலருக்குத்

தவம் செய்தால், ஆதரவும், என் போலச் சிலருக்குத் தலை போகும் நிலையும் இருக்கிறது. இதை நீ நீதி என்கிறாய்.

இரா : தர்மம் - நானும் மீற முடியாத தர்மம்.

சம் : இதற்குப் பெயர் தர்மம் அரக்கர் செய்தது மட்டும் என்ன? அவர்களும், ஆரியர் செய்த தவங்களைக் கெடுத்தனரே தவிர, அவர்கள் தவத்தையே வெறுப்பவர் என்றும் கூற முடியாதே. அவர்களில் பலர் தவம் செய்தனர். இராவணனே, பெரிய தவசி! அரக்கர் தலைவர்கலெல்லாம், தவம் பல செய்து, வரம் பல பெற்றவர்கள். ஆகவே அவர்களும், தவம் என்றாலே வெறுத்து அழித்தவர்களல்ல - தவம் நாங்கள் செய்யலாம் - ஆரியர் செய்யலாகாது என்றனர். - அழித்தனர் - நீயும். இங்கு ஆரியர் தவம் புரியலாம், அநாரியனான நான் புரிதல் தகாது, தலையை வெட்டுவேன் என்கிறாய் - இலங்கையான் செய்தால் பாபம் அயோத்தியான் அதே காரியத்தைச் செய்யும் போது அதற்குப் பெயர் ராஜ தர்மம் இராமா! எனக்கு வெட்கமாக இருக்கிறது. இப்படிப்பட்ட அரசிலே வாழ்கிறோமே என்று - சீக்கிரம், என் தலையை வெட்டிவிடும்.

[வாதம் முடிந்தது. இராமனின் தண்டனை கிடைத்தது, வரம் வேண்டி தவம் செய்த சம்புகனுக்கு அவன் தலை தரையில் உருண்டது.]

இராமன், தவச்சாலையை விட்டு நீங்கினான்.

இரத்தம் ஒழுகும் தலை! துடித்துத் துவண்ட உடல்!

காக்கை, கழுகுகள் வட்டமிடலாயின. வழிப்போக்கர்கள், இந்தக் கோரக் காட்சியைக் கண்டனர். அலறினர்.

சம்புகனின் தாயாருக்கு விஷயம் தெரிவிக்கப்பட்டது - உன் மகன் தலையை யாரோ வெட்டி விட்டனர் என்று!

ஐயோ, மகனே என்று அண்டமதிரக் கூவினாள் அன்னை. ஓடோடி வந்தாள் தவச்சாலைக்கு, தரையில் உருண்டு கிடந்த தலையைக் கண்டாள். மீண்டும் கண் திறந்தாள். தலையைக் கையிலே எடுத்தாள் - துடி துடித்தாள் - பெருங்குரலில் கூவி அழுதாள் - பெற்றவள், வேறென்ன செய்வாள்?

எடுத்துக் கொண்டாள் தலையை - எதிர்ப்பட்டோரை எல்லாம், கேட்கலுற்றாள், யார் செய்தது இக்கொடுஞ்செயலை என்று.

ச. தாயார் : மகனே இந்தக் கதியா உனக்கு யார் செய்த சதியடா இது? எந்தப் பாதகன், எந்தப் பாவி இந்தக் காரியத்தைச் செய்தான்?

கண் மூடிக் கைகூப்பிக் கடவுளைத் தொழுது கொண்டிருந்த என் மகனை, கத்தி கொண்டு, கழுத்தை வெட்டிய காதகன் யார்?

மகனே மகேசனைக் காண வேண்டும், அவன் அருளைப் பெற வேண்டும், அதற்கான ஞான மார்க்கத்தை நாட வேண்டும், என்று ஏதேதோ கூறினாயே. இந்தக் கதிக்கு ஆளானாயே! ஈவு இரக்கமற்ற இந்தச் செயலைச் செய்தவன் யார்? இலங்கையிலே இருந்து தப்பி ஓடி வந்த அரக்கன். எவனாவது செய்திருப்பானோ இந்தக் காரியத்தை மகனே அருமை மகனே! வெட்டுண்ட உன் தலையை, நான் எப்படியடா கண்டு சகிப்பேன்.

தவம் செய்கிறேன், தவம் செய்கிறேன் என்று கூறித் தேகத்தைப் பாழாக்கிக் கொள்கிறாயே, காணும் போதே பெற்ற மனம் கொதரிகிறதே,

போதுமடா அப்பா உன் தவம் இதற்கு கடவுள் அளிக்கும் அருள் நமக்குப் போதும் எழுந்திரு, சாப்பிடு, உடலைக் கவனித்துக் கொள் என்று நான் சொன்ன போதெல்லாம், ஆசை அதிகமாகக் கொண்டு. அன்னையே அஞ்ஞானம் பேசுகிறாயே! அவன் அருளை நாட அகோரத்தவம் செய்வது முறைதானே - நான் தவத்தைக் கைவிடேன் - மகாபாபமாகும்; அதை விடப் பாபம் தவத்தைத் தடுப்பதும் கெடுப்பதும், என்று, எனக்குப் புத்திமதி கூறினாயே - இந்தக் கதி வந்ததே!

உன் முகத்தைக் கண்டபோது, ஞான ஒளி வீசியிருக்குமே தவத்தின் களையைக் கண்டும், இந்தக் கொலையைச் செய்யத் துணிந்த பாதகன், யார்? யாரடா மகனே? அவன் குருடனா? பகவான் நாமத்தை நீ பூஜிப்பதைக் கேட்டும், உன் தலையை வெட்டிய அந்தப் பாவி, செவிடனா?

(சூழ வந்திருப்போரைக் கண்டு)

ஊமைகளா ஐயா நீங்கள்... யார் செய்த, அக்ரமம் இது?

இதோ, பாருங்கள் - என் மகனின் தலை - இது, தகுமா, சொல்லடா - செ

ஏன், ஓடுகிறாய்? நில்லடா, நில் - எவன் செய்தான் இந்தக் காரியத்தை?

தலையை வெட்டிய பாதகன் யார்?

என் மகனைக் கொன்ற மாபாவி யார்?

தவசியைக் கொன்ற கொடியவன் யார்? - தவசியைக் கொன்றவன் யார்? என் மகனைக்

கொன்ற மாபாவி யார்? இரக்கமற்ற அந்தக் கொடியவன் எங்கே இருக்கிறான்?

ஏடா! மூடா! விறைத்துப் பார்க்கிறாய் பதிலேதும் கூறாமல், உனக்கு மகன் இல்லையா - தவம் செய்து தலையைப் பறிகொடுத்த தனயனின், தாய் நான் இந்த அநீதி, நடந்திருக்கிறது. அடவியில் அல்ல, அயோத்தியில் களத்திலே அல்ல, தவத் தலத்திலேயே நடந்திருக்கிறது.

மகனே! கடவுளை உள்ளன்போடு எண்ணும்போது, கசிந்து கண்ணீர் மல்கும் என்று சொல்வாயே! இது, என்னடா மகனே எனதருமை மகனே - இரத்தம்டா, இரத்தம், பெற்ற மனம் சும்மா இருக்குமாடா, மகனே! எந்தப் பேயன் செய்தான் இந்தக் காரியம் -

அவனைக் காட்டுங்கள். சிரம் இருபது இருப்பினும், என் இருகரம் போதும், இரக்கமற்ற பேயன் யார்?

யார்? அவன் யார்? எங்கே? எங்கே இருக்கிறான்: சீக்கிரம் அழைத்துச் செல்லுங்கள் - இன்னும் சில விநாடியே என் உயிர் இருக்கும் - அதற்குள் நான் அவனைக் காண வேண்டும் - அவன் என் கண்ணீரைக் காண வேண்டும்.

இதோ - இரத்தம் - மகனுடைய இரத்தம், தாயின் கரத்தில்.

ஈவு இரக்கமற்ற இந்தக் கொலைகாரனைக் காட்டுங்கள், அவன் உடலிலே, இந்த இரத்தத்தைப் பூசுகிறேன் - அது போதும், அவன் உயிர் போக -

[இராமன் அவ்வழி வர]

யார்? இராமனா! இராமன் அறிவானா, இதனை - இராமா! உன் ஆட்சியிலே, மகனின் வெட்டுண்ட தலை, தாயின் கையிலே தவசியின் தலை - சிலையா, நீ - சீற்றம் பிறக்கவில்லையா? - கண் திறந்து தானே இருக்கிறது - இதோ, என் மகன் தலை - மாபாவி யாரோ, கொன்றுவிட்டான் - பிடி - நீட்டு கரத்தை - என் உயிர் பிரியும் நேரம் இது - நீ தர்ம தேவன் - ராஜாராமன் - தவசிகளை ரட்சித்தவன் - தவசிகளை இம்சித்த ராட்சதர்களைச் சம்ஹரித்த ஜெயராமன்! - இந்த அக்ரமத்துக்குத் தக்க தண்டனை தர, உன்னால் முடியும்! உன் கடமை அது மகனை, மாயாவி கொன்று விட்டான் - மாதா வயிறெரிந்து கூறுகிறேன், பழிவாங்கும் பொறுப்பை உன்னிடம் ஒப்படைக்கிறேன். - ராமா! நீ நல்லவன். சகலகலா வல்லவன். என் மகனைக் கொன்ற மாபாவியை, மண்டலத்திலே, எங்கு இருப்பினும், தேடிக் கண்டுபிடித்து, அவனுடைய ஈவு இரக்கமற்ற நெஞ்சைக்கூறு கூறாக்கிக் காக்கை கழுகுக்கு விருந்திடும். வேண்டாம் அவைகளின் குணமும் மேலும் கெட்டு விடும் - மண்ணில் புதைத்து விடு. இராமா! என் கண்ணீர் என் மகனின் வெட்டுண்ட கழுத்திலிருந்து ஒழுகும் இரத்தம், இரண்டும், இதோ, உன் கரத்திலே, கலந்து குழைந்து இருக்கிறது. பழிக்குப் பழி அக்ரமக்காரனுக்குத் தக்க தண்டனை! இரக்கமற்றவனுக்கு ஏற்ற தண்டனை அளிக்க வேண்டிய பொறுப்பு உன்னுடையது - என் மகன் தலை - உன் கையில் - நான், உன் காலடியில் -

[அவள் கீழே உயிரற்று வீழ்கிறாள். இதற்குள் பணியாட்கள் வந்து கூடுகின்றனர். கறைபட்ட இராமனின் கரத்தைக்

கழுவ நீர் கொண்டு வந்து தருகின்றனர். கை கழுவிக் கொண்டே]

இரா : இன்னும் கொஞ்சம் ஜலம், கழுவக் கழுவ... கறை போக காணோம்.

பட்டுத்துணி கொண்டு துடைத்தும் பயனில்லை. எடுத்துச் செல்லுங்கள்.

[தலையையும் தாயின் உடலையும் எடுத்துச் செல்கின்றனர். இராமன் அரண்மனை செல்கிறான்.]

[காட்சி முடிவு]

காட்சி - 6

இடம் : தேவலோகம் அறமன்றம்.

இருப்போர்: நீதிதேவன், இராவணன், கம்பன், அறநெறி கூறுவோர்...

[இராவணன் கெம்பீரமாக உலவிக் கொண்டு பேசுகிறான். நீதிதேவனின் முகத்திலே பயமும் சோகமும் நன்றாகப் படிந்திருந்தது. கம்பர் அறநெறி கூறுவோரைப் பார்த்துப் புன்னகை புரிகிறார். அவர்களின் முகத்திலேயும் கவலைக் குறிகள் காணப்படுகின்றன.]

இரா : தேவா! பேசிய சாட்சிகள் - இங்கு வந்து பேசாத சாட்சிகளை விடக் குறைந்த அளவுதான் எண்ணிக்கையில். நான் மேலும் சாட்சிகளை அழைக்கப் போவதில்லை.

கம் : [எழுந்து நின்று நீதிதேவனுக்கு மரியாதை தெரிவித்து விட்டு] உண்மைக்குச் சாட்சி தேவையில்லை - வைரத்துக்கு பளபளப்புத் தரவேண்டியதில்லை - அமிர்தத்துக்கு இனிப்புக் கூட்டத் தேவையில்லை - அழகுக்கு அலங்காரம் தேவையில்லை -

இரா : (கேலியாக) பாம்பின் பல்லுக்கு விஷம் தேவையில்லை - ஏராளம் அதனிடமே.

நீதி : கம்பரே! உவமைப் பூங்காவில் உலாவ நேரம் இல்லை. என்ன உரைக்க எண்ணுகிறீர்?

கம் : நான் என் வாதத்துக்குத் துணை தேட, சாட்சிகளை அழைக்கப் போவதில்லை, உண்மையின் உருவத்தைத் தெளிவுபடுத்த,

நீதிதேவனின் திருச்சபையிலே அவசியமில்லை - தங்கள் திருப்பார்வைக்கு, உண்மை ஏற்கனவே நன்கு தெரிந்தே இருக்குமாகையால்,

நீதி : அதாவது சாட்சி இல்லை.

கம் : அவசியமில்லை...

நீதி : அது நான் கவனித்துக் கொள்ள வேண்டிய விஷயம் - அவசியமா, அல்லவா என்பது - சாட்சி இல்லை என்று மட்டும் நீர் கூறலாம்.

கம் : ஆமாம் நீதிதேவா சாட்சி இல்லை - அதாவது...

நீதி : இலங்கேசன், பேசலாம்.

இரா : வழக்கின் முடிவு பற்றிய கவலையற்றே நான் இதிலே கலந்து கொள்கிறேன் என்பதை முதலிலேயே கூறிவிட்டேன். காரணம் நீதிதேவனிடம் மதிப்புக் குறைவு அல்ல. நீதிதேவனும் ஏற்கெனவே தயாரிக்கப்பட்ட, ஏதோ ஓர் கட்டுத் திட்டத்துக்கு. உட்பட்டே, வேலை செய்பவர். அவரிடம் உள்ள துலாக்கோல் அவர் செய்தது அல்ல! படிக்கற்கள் - அவருக்குத் தரப்பட்டவை இவைகளின் துணை கொண்டு நீதிதேவன், நிறை பார்க்கிறார். நான் அவருடைய நிறை பார்க்கும் குணத்தைச் சந்தேகிக்கவில்லை. அந்தத் துலாக் கோலையே சந்தேகிக்கிறேன். படிக்கற்களையே சந்தேகிக்கிறேன். எனக்குச் சாதகமான தீர்ப்பு கிடைக்க வேண்டுமானால், நீதிதேவனின் உள்ளம் திருப்தியாவது மட்டும் போதாது - அவர் - தம்மிடம் தரப்பட்டுள்ள துலாக் கோலையும், படிக்கற்களையும், தூக்கி எறிந்து விட்டு வழக்கின் சகல. அம்சங்களையும் தாமாகச் சீர்தூக்கிப் பார்க்க வேண்டும். இதற்கு

நீதிதேவனுக்கு நல்லெண்ணம் இருந்தால் மட்டும் போதாது - உள்ளத்தில் உரம் வேண்டும்.

[நீதிதேவன், தலையைத் தொங்க விட்டுக் கொண்டிருக்கக் கண்டு கம்பர் கோபமாக எழுந்து]

கம் : இலங்காதிபதி, வழக்கு மன்றத்தையே அவமதிக்கிறான் - அவமதிக்கிறார் -

இரா : கம்பரை நோக்கிக் கேலியாக நான் கவியல்ல, குழைய, நெளிய! நான் இப்போது எடுத்துரைத்தது வாய்மை - என் அகராதிப்படி.

நீதி : தலையை நிமிர்த்தி இலங்கேசனைக் கெம்பீரமாகப் பார்த்து இலங்காதிபனே ஆளுக்கேற்றபடி, வேளைக்கேற்றபடி, வழக்குக்கேற்றபடி, துலாக் கோலையும், படிக்கற்களையும் மாற்றுவதும், புதுப் பிப்பதும் என்ற நிலை பிறந்தால், என்ன கதியாகும் நீதி?

இரா : அதற்கு அஞ்சி, காலச் சுமை வீழ்ந்து வீழ்ந்து சாய்ந்து போன துலாக்கோலில், தேய்ந்து போன படிக்கற்களைப் போட்டு, நிறை பார்ப்பது நீதியாகுமா, தேவா!

நீதி : *[சற்று கோபத்துடன்]* சாய்ந்த தராசு தேய்ந்த படிக்கற்கள், முதன் முறையாக இம்மன்றத்தின் முன் கூறப்பட்ட குற்றச்சாட்டுகள்.

இரா : இதுதானே நீதிதேவா, முதல் புனர் விசாரணை! நான் பேசினேன் முதலில், பிறர் பிறகு பேசுவர். முடிவு என்ன? கவலை இல்லை மறு விசாரணை வந்ததே அது போதும் தேவனே மாசு நீதிமன்றத்துக்கும் உண்டு, அளிக்கப்பட்ட தீர்ப்புகளெல்லாம் மாற்ற முடியாதன் அல்ல என்ற பல புது உண்மைகள் ஏற்பட்டு விட்டன

அல்லவா, அது போதும், என் களிப்புக்குக் காரணம் அதுதான்.

[நீதிதேவன் எழுந்து கோபமாக]

நீதி : பிறகு கூடுவோம்.

[காட்சி முடிவு]

காட்சி – 7

இடம் : வால்மீகி ஆசிரமம்

இருப்போர் : துரோணர், வால்மீகி

நிலைமை : வால்மீகி அமர்ந்து ஓலைச் சுவடிகளைப் படித்துக் கொண்டிருக்கிறார். துரோணர் அப்போது அங்கு வருகிறார்.

துரோ : நமோ நமக! நமோ நமக!

வால் : நமோநமக! நமோநமக! வாருங்கள்! துரோணாச் சாரியார் அவர்களே வாருங்கள். சகல கலா வல்லவராகிய தாங்கள், இந்த ஆஸ்ரமத்துக்கு விஜயம் செய்ததால், நான் பாக்கியவானானேன்...

துரோ : நீங்கள் பாக்கியசாலிதான். ஆனால்...

வால் : என்ன முனிவரே! விசாரம்!

துரோ : விசாரம், வேதனை, விதண்டாவாதம் இவை அனைத்தும், முனிவர்களாகிய எங்களைப் பிடித்து ஆட்டிக் கொண்டிருக்கிறதே. தங்களுக்குத் தெரியாதோ?

வால் : ஏன், என்ன நடந்தது, முனிவரே!

துரோ : இராவணன் இரக்கமில்லா அரக்கன் என்று குற்றம் சாட்டி புகார் மனு ஒன்றை ஆண்டவன் இடத்திலே கம்பர் கொடுத்தார்.

வால் : ஆண்டவன் என்ன செய்தார்?

துரோ : என்ன செய்வார்? இராவணனிடத்தில் ஏற்கெனவே ஆண்டவனுக்கிருந்த கோபத்தில்,

நீதிதேவனை அழைத்து விசாரணை செய்யக் கட்டளை இட்டார்.

வால் : வாதப் பிரதிவாதங்கள் பலமாக இருக்குமே!

துரோ : இராவணனைக் குற்றவாளிக் கூண்டிலே நிறுத்தி அவன் பெருமையைக் குலைத்து விடலாம் என்று, கனவு கண்டார் கம்பர்.

வால் : கனவு பலித்ததோ?

துரோ : கனவாவது, பலிப்பதாவது! இராவணனுடைய வாதங்களுக்கு பதில் கூற முடியாமல் தவிக்கிறார் கம்பர்.

வால் : வினாச காலே விபரீத புத்தி கம்பருக்கு ஏன் இந்த வம்பு. மூலத்தைத் திரித்துக் கூறி புகார் மனு கொடுத்தால், விசாரணையின் போது இராவணன் அழிந்து படுவான் என்று கம்பர் எண்ணினார் போலும்.

துரோ : புகார் மனு கொடுத்த கம்பர் புழுபோலத் துடிக்கிறார். இராவணனின் மறுப்புரைகளைக் கேட்டு விசாரணை வேண்டும் என்று கூறிய கம்பர், இப்பொழுது விசாரத்தில் மூழ்கிக் கிடக்கிறார். பூலோகத்திலும், தேவலோகத்திலும் விசாரணைப் பற்றியே பேச்சாக இருக்கிறது. முனிவரே!

[கம்பர் வருகிறார்]

வால் : வாரும் கம்பரே, வாரும்! என்ன விசாரத்துடன் காணப்படுகிறீர் இராவணன் மீது நீர் கூறிய குற்றச்சாட்டுக்கு, மறு விசாரணை நடப்பதாகக் கேள்விப்பட்டேனே! உண்மைதானா?

கம் : உண்மைதான் முனிவரே!

வால் : எப்படிப் போய்க் கொண்டிருக்கிறது, விசாரணை?

கம் : இராவணன், தான் செய்த குற்றங்களை வாதிட்டு மறுக்கிறான். அப்பழுக்கற்ற - ஆதாரங்களை அள்ளி, அள்ளி வீசுகிறான். உவமைகளைக் காட்டுகிறான். உடல் சில்லிட்டுப் போகிறது. வாதங்கள் பல புரிகிறான். ஏற்றுக்கொள்ள வேண்டியிருக்கிறது. கவிச் சக்கரவர்த்தி நான், கலங்கி விடுகிறேன், அவன் வாதத்தைக் கேட்டு...

முனிபுங்கவரே! இதற்கு நான் என் செய்வது?

வால் : உமக்கு வேண்டும் ஓய்! நான் எழுதியதைத் திரித்து எழுதியதால் அல்லவோ இந்த அவஸ்தை உமக்கு.

துரோ : நன்றாகச் சொன்னீர்கள். ஓய் கம்பரே! இந்த மாமுனிவர் எழுதியதைத் தமிழில் அப்படியே மொழி பெயர்ப்பதை விட்டுவிட்டு, அடிப்படையை மாற்றி ஏனய்யா, அவஸ்தையைப் படுகிறீர்.

கம் : என்ன மாற்றம் செய்தேன்? நாராயண மூர்த்தியின் அவதாரமான ஶ்ரீராமச்சந்திரனின் ஏக பத்தினியாகிய சீதா பிராட்டிக்குக் களங்கம் ஏற்படக் கூடாதெனக் கருதினேன். இதுவா குற்றம்?

வால் : நீர் கூறுவது உண்மையானால், கர்ப்பவதியான ஜானகியை காட்டிற்கு அனுப்பினானே சந்தேகப்பட்டு. அதிலே களங்கம் இல்லையா, கம்பரே!

துரோ : அதோடு விட்டாரா சரையு நதிக்கரையில் இறந்து கிடந்த இராமச்சந்திரன், மீண்டும் அயோத்திக்கு

வந்து, ஜானகி சமேதராய் பட்டாபிஷேகம் செய்து கொண்டதாக வல்லவோ எழுதி விட்டார். பட்டுப்போன இராமச்சந்திரனுக்குப் பட்டாபிஷேகமாம். என்ன விந்தை!

கம் : விந்தையல்ல முனிபுங்கவரே!. விளக்க உரை தந்தேன். சீதையின் சிறப்பியல்புகளைத் தமிழ்ப் பண்போடு இணைத்துரைத்தேன். இராமனின் பராக்கிரமத்தை பாரெல்லாம் புகழ, பண் அமைத்துப் பாடினேன்... இராவணனின் வீரம், வலிமை, தவம் அனைத்தும் அகிலமெல்லாம் அறியச் செய்தேன்.

வால் : அதில் தானய்யா, நீர் மாட்டிக் கொண்டீர். கேளுமய்யா, நம்மோட ஜென்ம விரோதிகள் அசுராள். அவர்களைப் பத்தி எழுதுவதற்கு சந்தர்ப்பம் கிடைத்தால், சும்மா விடலாமோ? இருக்கிறது இல்லாதது எல்லாவற்றையும் எழுதி விட வேண்டாமோ, நான் எழுதிய இராமா யணத்திலே சீதையைக் கவர்ந்து போகும் காட்சி -

[தொண்டையைக் கனைத்துக் கொண்டு]

கேளும் கம்பரே துரோணாச்சாரியரே! நீரும் கேளும். லோகமாதாவாம் அன்னை ஜானகியை இலங்கேஸ்வரனாகிய இராவணன் அவளின் கூந்தலைப் பிடித்து, இழுத்து அவளைத் தன் மார்போடு அணைத்துத் துடையில் கை கொடுத்து, தூக்கிக் கொண்டு சென்றான் என்று நான் எழுதினேன்.

எப்படி எழுதினேன்...

துரோ : லோக மாதாவாம், அன்னை ஜானகியை இலங்கேஸ்வரனாகிய இராவணன், அவளின்

கூந்தலைப் பிடித்து, இழுத்து அவளைத் தன் மார்... போடும் அணைத்து...

மேலும் சொல்ல, கம்பர் வெட்கப்படுகிறார்.

வால் : ஆமாம் அவள் தொடையில் கை கொடுத்துத் தூக்கிக் கொண்டு சென்றான் என்று எழுதினேன். அதை அப்படியே விட்டிருந்தால், பிரஸ்தாய வழக்கிற்கு எவ்வளவோ உதவியாக இருக்கும். இராவணன் இரக்கமில்லாதவன் என்பதும் ருசுவாகி இருக்கும். அதை விட்டு விட்டு இராவணன் சீதையை விரலால் கூடச் சீண்டவில்லை. மண்ணோடு விண் நோக்கினான் என்று எழுதினீர். இப்போது படுகிறீர்.

கெடக்கூடாது, தமிழனின் மரபு. அழியக் கூடாது, அவர்தம் பெருமை என்று எண்ணினேன், எழுதினேன். இதுவா தவறு? களங்கமற்றக் கற்புக்கரசி ஜானகி என்று மக்களால் மதிக்கப்பட வேண்டும், எனக் கருதி தெய்வீகத் தன்மையை இணைத்து, சீதா தேவிக்கு சிறப்பு வந்தெய்தும் வண்ணம், இலங்காதிபதி, அவளை, மண்ணோடு பெயர்த்தெடுத்து விண் நோக்கினான் என்று எழுதினேன். முனிபுங்கவரே! இதுவா நான் செய்த குற்றம்?

வால் : அதுதான் தவறு என்கிறேன், நான் மூலத்தை மாற்றுகின்ற அதிகாரம் உமக்கேதையா? இராமாயணத்தை சிருஷ்டித்த வால்மீகி நானிருக்க அதைத் தமிழாக்கம் செய்ய முற்பட்ட நீங்கள் மூலத்தையே மாற்றி விட்டீரே! அதனால் அல்லவோ இவ்வளவு தொல்லை உமக்கு!

துரோ : அதுமட்டுமா முனிவரே! இராவணன் கம்பரை இழித்தும் பழித்தும் கூறுகிறான்.

அது, வாதி பிரதிவாதி சண்டை என்று விட்டு விடலாம். ஆனால் முப்பது முக்கோடி தேவர்களையுமல்லவா அவன் வம்புக்கு இழுக்கிறான்!

வால் : தேவர்கள் மீது களங்கம் ஏற்படும் வண்ணம் இராவணன் நீதிமன்றத்தில் வாதிட்டு வெல்வதை நினைத்தால்.

துரோ : கம்பராலல்லவோ தேவலோகத்துக்கு, இப்படிப்பட்ட களங்கம் ஏற்பட்டு விட்டது என்று நினைக்கத் தோன்றுகிறது.

வால் : கம்பரே நீர் கொடுத்த புகார்கள் விசாரணையின் போது உங்களுக்கே தீமையாய் வந்து முடியப் போகிறது. பொறுத்திருந்து பாருங்கள்...

கம் : மாமுனிவரே! கவிச்சக்கரவர்த்தி என்று உலகம் என்னைப் புகழ்கிறது. அது இந்த இராவணனுக்குத் தெரியவில்லை. அவனோ என்னை வாதிட்டுக் கொல்கிறான். நீரோ, என்னை நையாண்டி செய்து கொல்கிறீர். ஊம்... நான் வருகிறேன்.

[கம்பர் போகிறார்?]

[காட்சி முடிவு]

காட்சி – 8

இடம் : அறமன்றம்

இருப்போர்: நீதிதேவன், இராவணன், கம்பர், அக்னி தேவன்.

இரா : அக்னி தேவனே! புண்ணியத்தை நாடித்தானே யாகங்கள் செய்யப்படுகின்றன?

அக்னி : ஆமாம்.

இரா : மனத்தூய்மைதானே மிக முக்கியம் யாக காரியத்திலே ஈடுபடுபவர்களுக்கு.

அக்னி : மனத்தூய்மைதான் முக்கியம்.

இரா : தாங்கள் பல யாகங்களுக்குச் சென்றிருக்கிறீர் – வரம்– அருள் –

அக்னி : போயிருக்கிறேன்.

இரா : பல யாகங்களிலே தரப்பட்ட ஆகுதியை உண்டு –

[அக்னியின் தொந்தியைச் சுட்டிக்காட்டுகிறான், அக்னி கோபிக்கிறான்]

அக்னி : என்னை வேண்டி அழைத்தவர்களுக்ுத் தரிசனம் தந்து பூஜித்தவர்களுக்கு வரம் அருளி இருக்கிறேன். இலங்கேசா விண்ணும் மண்ணும் அறியும் என் மகிமையை – நீ அறிய மாட்டாய் – ஆணவம் உனக்கு. –

இரா : மகிமை...! வரம் அருளும் வல்லமை தங்கட்குக் கிடைத்தது; தங்களுக்கு இருக்கும் தேவ பதவியால்.

அக்னி : ஆமாம்.

இரா : அந்தத் தேவ பதவி, மும்மலங்களை அடக்கி, பஞ்சேந்திரியங்களைக் கட்டுப்படுத்தி, தபோ பலம் பெற்று, புண்யத்தைப் பெற்றதால் தங்களுக்குக் கிடைத்தது, கிடைத்தது.

அக்னி : வேறு எப்படிக் கிடைக்கும் பஞ்சமா பாதகம் செய்து பெறுகிற பதவியா, தேவ பதவி?

இரா : பஞ்சமா பாதகம், அரக்கர் செயல் தேவர் உலகுக்கு பஞ்சமாபாதகம், நஞ்சு!

அக்னி : உண்மைதான்!

இரா : அக்னி தேவனே! சப்த ரிஷிகள் உமக்குத் தெரியுமோ?

அக்னி : தெரியும்...

இரா : ஏன் திகைப்பு ஒரு முறை சப்தரிஷிகள் செய்த யாகத்திற்குச் சென்றிருந்தரே, கவனமிருக்கிறதா?

அக்னி : போயிருந்தேன். இரா தபோ பலம் பெற்றவரே தவசிகள் எழுவர் செய்த அந்தத் தனிச் சிறப்பான யாகத்துக்குச் சென்ற தாங்கள்... என்ன செய்தீர்...

அக்னி : சென்றிருந்தேன் - அழைத்திருந்தனர்.

இரா : அழைக்காமலா செல்வீர்! தங்கள் மகிமையை அறிந்துதான் அழைத்தனர், அந்த மகரிஷிகள் - வரம் அருள் வாரீர் என்றுதான் அழைத்தனர் ஆனால் அங்கு சென்று தாங்கள் செய்தது என்ன?

அக்னி : ஆகுதி அளித்தனர்.

இரா : அவர்கள் ஆகுதி அளித்தனர், அக்னிதேவனே! அவர்கள் அளித்தது ஆகுதி - தாங்கள் விரும்பியது என்ன?

அக்னி : நான்...

இரா : தாங்கள் விரும்பியது என்ன? மும்மலங்களை அடக்கிய மூர்த்தியே! விண்ணும் மண்ணும் போற்றும் தேவனே! அருள் வேண்டி அவர்கள் ஆகுதி அளித்தனர் - ஆனால் நீர் எதை விரும்பினீர். மனத் தூய்மையால் தேவ பதவி பெற்றவரே எதை விரும்பினீர்... சொல்ல மாட்டீர்... சப்தரிஷிகளின் பத்தினிமார்களை அல்லவா விரும்பினீர்.

யாகம் காணச் சென்றீர், மோகம் கொண்டு விட்டீர் - யாகத்தில் ஈடுபட்டிருந்த சப்தரிஷிகள் மனைவிமார் மீது - இந்திரியங்களை அடக்கியதால் இந்தத் தேவ பதவி பெற்றீர் - உம்மை வணங்கி வரம் கேட்டனர் தவசிகள். நீரோ, காமம் கக்கும் கண்களுடன் ரிஷி பத்தினிகளைப் பார்த்தபடி நின்றீர்.

அவர்களைக் கற்பழிக்கத் திட்டமிட்டீர். உண்டா? இல்லையா?

அக்னி : ஏதோ ஒரு வகையான மன மயக்கம்.

இரா : உமக்கு வரம் அருளப் போன இடத்திலே நீர் காமப் பேயானீர் - பெயரோ தேவன் - புகழோ அபாரம் - செயலோ, மிக மிக மட்ட ரகமானது. அக்னி தேவனே! யாகங்களை அழித்தனர் அரக்கர் என்கிறார்களே, அவர்கள் கூட அவ்வளவு ஈனத்தனமாக நடந்து கொண்டதில்லை. நீதிதேவா! யாக குண்டங்களருகே இது போன்ற ஆபாசங்கள்

அனந்தம் - யாகம் பகவத் ப்ரீதிக்கான காரியம் என்று வியாக்யானம் கூறுகிறார், கம்பர்!

இந்த யாகங்களில் இலட்சணம் இப்படி இருக்கிறது! யாகங்களுக்குச் சென்று வரம் அருளப் போகும் தேவர்களின் செயல் இவ்விதம் இருக்கிறது -

அக்னி : மன மயக்கம் என்றுதான் கூறினேனே!

இரா : உமக்கு மன மயக்கம் ஏற்படலாமா? யாக குண்டத்தருகே அமர்ந்திருந்த ரிஷி பத்தினிகளிடம் ஏற்பட்டதே மன மயக்கம் - கண்டித்தனரா - தண்டித்தனரா - தேவ பதவியை இழந்தீரா? - இல்லையே - காமந்தகார சேட்டை புரிந்தீர் - புரிந்தும், அக்னி தேவனாகவே கொலு வீற்றிருக்கிறீர் - என்னையோ, இந்தக் கம்பர் அரக்கனாக்கினார் - என் ராஜ்யம் அழிந்தது தர்ம சம்மதம் என்று வாதாடுகிறார். நான் அரக்கன் ஆனால் நான் செய்ததில்லை, தாங்கள் செய்யத் துணிந்த அக்கிரமத்தை...

ஆரியர்கள் செய்யும் யாகங்களைப் பற்றி, நான் எப்படி மதிப்பு கொள்ள முடியும்? இந்த யாகங்களில் பிரசன்னமாகும், அக்னி போன்ற தேவர்களிடம் நான் எப்படி மதிப்பு காட்ட முடியும்? ஆகவேதான், யாகங்களை அழித்தேன். ரிஷி பத்னிகளைக் கூடக் கற்பழிக்கத் துணியும் இந்தத் தேவர்கள், என்னை இழித்தும், பழித்தும் பேசலாமா? இவர்களின் அக்ரமத்தை அம்பலப்படுத்த யாரும் கிளம்பாததாலேயே இவர்களுக்கும் - இவர்களின் புகழ் பாடிப் பூரிப்படையும் இந்தப் புலவருக்கும், என்னைக் கண்டிக்கத் துணிவு பிறந்தது...

கூப்பிடுங்கள் ஒவ்வொரு தேவனையும் - அவரவர்களின் அக்ரமச் செயலை, ஆதாரத்தோடு எடுத்துக் கூறுகிறேன் - மறுக்க முடிகிறதா இந்த மகானுபாவர்களால் என்று பார்ப்போம்.

[நீதிதேவன், கவலை கொண்டவராகி, சபையைக் கலைத்து விடுகிறார்]

நீதி : இன்று இவற்றுடன் நீதிமன்றம் கலைகிறது. பிறகு கூடுவோம்.

[காட்சி முடிவு]

காட்சி – 9

(நீதிதேவனும், இராவணனும் வந்து கொண்டிருக்கின்றனர்)

இரா : நீதிதேவா! இரக்கம் எனும் ஒரு பொருளிலா அரக்கன், இது என் மீது சாட்டப்பட்டுள்ள குற்றச்சாட்டு. என் மீது மட்டுமல்ல, பலரால், பல பேர் மீதும் இக்குற்றச்சாட்டு, பல சமயங்களில் சமயத்திற்கேற்றாற்போல் சாட்டப்படுகிறது.

இரக்கம் இல்லையா? ஏனய்யா இவ்வளவு கல்மனம்? இரக்கம் கொள்ளாதவனும் மனிதனா? சர்வ சாதாரணமாகக் கேட்கப்படும் கேள்விகள். ஆனால், பலரால் பல சமயங்களில் இரக்கத்தைக் கொள்ள முடிவதில்லை. ஏன் வாழ்க்கையின் அமைப்பு முறைதான் காரணம்.

நீதி : என்ன இரக்கம் கொள்ள முடியாததற்கு வாழ்க்கையின் அமைப்பு முறையான காரணம்?

இரா : ஆம் நீதிதேவா! ஆம்.

நீதி : விளங்கவில்லையே, தங்களின் வாதம்.

இரா : விளங்காதது என் வாதம் மட்டுமல்ல, நீதிதேவா! என் மீது சாட்டப்பட்டுள்ள குற்றச்சாட்டும் கூடத்தான் விளங்கவில்லை. வாழ்க்கையின் அமைப்பு முறை, இரக்கத்தின் மன நிலைகளை மாற்றி விடுகிறது. இது என் வாதம். அது தங்களுக்கு விளங்கவில்லை. வாரும் என்னுடன் என் வாதத்தின் விளக்கத்தினைக் காட்டுகிறேன். *(புறப்படுதல்)*

[காட்சி முடிவு]

காட்சி – 10

இடம் : தேவலோகத்தில் ஒரு நந்தவனம்

இருப்போர் அகலிகை, தோழி, சீதை.

[அகலிகையும், தோழியும், பூப்பறித்துக் கொண்டே பேசுகிறார்கள்]

அக : என்னதான் சொல்லடி, அவர் கருணாமூர்த்தி என்றால் கருணாமூர்த்திதான். என்னை என் கணவர், கல்லாகும்படி சாபம் இட்டு விட்டார் - கவனிப்பாரற்றுக் கிடந்தேனல்லவா வெகு காலம் - எவ்வளவோ உத்தமர்கள், தபோதனர்கள் அவ்வழிப் போய்க் கொண்டும் வந்து கொண்டுந்தான் இருந்தனர். ஒருவர் மனதிலும் துளி இரக்கமும் உண்டாகவில்லை.

தோழி : கல் மனம் படைத்தவர்கள்.

அக : கனி வகைகளைக் கொடுத்திருப்பேன், அவர்களில் எவ்வளவோ பேருக்கு. காலைக் கழுவி, மலர்தூவி இருப்பேன் - ஒருவருக்கும் இரக்கம் எழவில்லை. கடைசியில் என் ஐயன் கோதண்டபாணி, மனதிலே இரக்கம் கொண்டு என்னைப் பழையபடி பெண் உருவாக்கினார் - என் கணவரையும் சமாதானப்படுத்தினார் - அவருடைய இரக்கத்தால்தான் எனக்கு விமோசனம் கிடைத்தது.

[அகலிகை பேசுவதைக் கேட்டுக் கொண்டே வந்த சீதை]

சீதை : எவருடைய இரக்கத்தால்?

[அகலிகை ஓடிவந்து சீதையின் பாதத்தில் மலர் தூவி, நமஸ்கரித்த பிறகு தோழியும் நமஸ்கரிக்கிறாள்.]

அக : அன்னையே! நமஸ்கரிக்கிறேன். தங்கள் நாதன், ஸ்ரீராமச்சந்திரருடைய கலியாண குணத்தைத்தான் கூறிக் கொண்டிருந்தேன். அவருடைய கருணையால்தான் இந்தப் பாவிக்கு நற்கதி கிடைத்தது.

சீதை : அவரைத்தான் இரக்க மனமுள்ளவர் என்று புகழ்கிறாயா?

அக : ஆமாம். அம்மணி ஏன்?

சீதை : அவரையா? அடி பாவி! அவருக்கா இரக்க சுபாவம் என்று வாய் கூசாது கூறுகிறாய்

அக : *[திகைத்து]* தாயே என்ன வார்த்தை பேசுகிறீர்.

சீதை : பைத்தியக்காரி! இரக்க சுபாவமா அவருக்கு என்னைக் காட்டுக்குத் துரத்தினாரே, கண்ணைக் கட்டி, அப்போது நான் எட்டு மாதமடி முட்டாளே... கர்ப்பவதியாக இருந்த என்னைக் காட்டுக்கு விரட்டின கல்மனம் கொண்டவரை, இரக்கமுள்ளவர் என்று சொல்கிறாயே. எவனோ, எதற்காகவோ, என்னைப் பற்றிப் பேசினதற்காக ஒரு குற்றமும் செய்யாத என்னை - தர்ம பத்தினி என்ற முறையிலே அவருடன் 14 வருஷம் வனவாசம் செய்த என்னை - இராவணனிடம் சிறை வாசம் அனுபவித்து அசோகவனத்திலே அழுது கிடந்த என்னை, கர்ப்பவதியாக இருக்கும் போது, காட்டுக்குத் துரத்திய காகுத்தனைக் கருணாமூர்த்தி என்று புகழ்கிறாயே! கல்லுருவிலிருந்து மறுபடியும் பெண் ஜென்மம் எடுத்தது இதற்காகவா? கடைசியிலும் என்னைச் சந்தேகித்து, பாதாளத்தில் அல்லவா

நீதிதேவன் மயக்கம் | 65

புகவைத்தார். அப்படிப்பட்டவரை, அகல்யா எப்படியடி, இரக்கமுள்ளவர் என்று கூறுகிறாய்? வில்வீரன் என்று புகழ்ந்து பேசு, சத்துரு சங்காரன் என்று பேசிச் சாமரம் வீசு, என்ன வேண்டுமானாலும் பேசு புகழ்ச்சியாக, ஆனால் இரக்கமுள்ளவர் என்று மட்டும் சொல்லாதே இனி ஒரு முறை - என் எதிரில். பிராணபதே என்னைப் பாரும் இந்த நிலையிலா, என்னைக் காட்டுக்குத் துரத்துகிறீர்? ஐயோ! நான் என்ன செய்தேன்? குடிசையிலே இருக்கும் பெண்களுக்குக் கூட, கர்ப்பகாலத்தில், சுகமாக இருக்க வழி செய்வார்களே! சக்கரவர்த்தியின் பட்ட மகிஷியான எனக்கு இந்தக் கதியா? நான் எப்படித் தாளுவேன். பிரியப்தே என்னைக் கவனிக்காவிட்டால் போகிறது, என் வயிற்றிலுள்ள சிசு - உமது குழந்தை - அதைக் கவனியும். ஐயோ! கர்ப்பவதிக்குக் காட்டு வாசமா? ஐயோ! உடலிலே வலிவுமில்லை - உள்ளமோ, துக்கத்தையோ, பயத்தையோ தாங்கும் நிலையிலே இல்லை. இந்த நிலையிலே என்னைக் காட்டுக்குத் துரத்துவது தர்மமா? நியாயமா? துளியாவது இரக்கம் காட்டக் கூடாதா? அழுத கண்களுடன் நின்று அவ்விதம் கேட்டேனடி - அகல்யா! என் நாதரிடம்.

அசோக வனத்திலே கூட அவ்வளவு அழுததில்லை.

அவனிடம் பேசின போது கூட, என் குரலிலே அதிகாரம் தொனித்தது; மிரட்டினேன், இவரிடம் கெஞ்சினேன். ஒரு குற்றமும் செய்யாத நான் இரக்கம் காட்டச் சொல்லி இரவிகுலச் சோமனைக் கேட்டேன்...

சீதா! நான் ராமன் மட்டுமல்ல ராஜாராமன்! - என்றார்.

ராஜாராமன் என்றால் மனைவியைக் காட்டுக்கு அனுப்புமளவு கல் நெஞ்சம் இருக்க வேண்டுமோ என்று கேட்டேன்.

அகல்யா! என் கண்ணீர் வழிந்து கன்னத்தில் புரண்டது. புயலில் சிக்கிய பூங்கொடி போல் உடல் ஆடிற்று. என் நிலையை அந்த நேரத்தில் அரக்கனான இராவணன் கண்டிருந்தால் கூட உதவி செய்வானடி. ஆனால் நீ புகழ்ந்தாயே கருணாமூர்த்தி என்று, அவர், என் கண்ணீரைச் சட்டை செய்யவில்லை - நான் பதறினேன், கருணை காட்டவில்லை, காலில் வீழ்ந்தேன் - ஏதோ கடமை கடமை என்று கூறிவிட்டு, என்னைக் காட்டுக்குத் துரத்தினார். அப்படிப்பட்டவரை, தன் பிராண நாயகியிடம், ஒரு பாவமுமறியாத பேதையிடம், கர்ப்பவதியிடம், கடுகளவு இரக்கமும் காட்டாதவரை, அகல்யா! புத்தி கெட்டவளே! கூசாமல் கூறுகிறாய், இரக்கமுள்ளவரென்று. இனி ஒரு முறை கூறாதே; என் மனதை வேக வைக்காதே."

[சீதை கோபமாகச் சென்று விட, அகல்யா திகைத்து நிற்கிறாள்]

[காட்சி முடிவு]

காட்சி – 11

பாதை – இராவணன், நீதிதேவன் வருதல்

இரா : நீதிதேவா, போதுமல்லவா? இரக்கத்தின் பல்வகை உருவங்கள், விளைவுகள்.

நீதி : என்னால் காணவும் சகிக்க முடியவில்லை. காதால் கேட்கவும் முடியவில்லை. அன்னை ஜானகியே இவ்வளவு வேதனைப்படுகிறாரே, அய்யனின் இரக்கமிலா செயல் கண்டு.

இரா : உண்மை அதுவாக இருக்கிறதே தேவா. இரக்கம் கொள்ளாதார் பலர் உளர். அது அவரவர்களுக்கு ஏற்பட்ட சூழ்நிலை. இரக்கம் உச்சரிப்பதற்கு எளிய பதம், இனிமையுங்கூட. வாழ்க்கையிலே இரக்கத்தைத் தேடிப் பயணம் நடத்துவதோ – அலைகடலிலே பாய்மரமற்ற கலம் செல்வது போலத்தான். வாருங்கள் போகலாம்.

[காட்சி முடிவு].

காட்சி - 12

நீதிதேவன் மாளிகை

நீதிதேவன் சோகமே உருவாக, சிந்தனையில் ஆழ்ந்திருக்கிறார். அப்போது உள்ளே நுழைகிறான், பணியாள்.

பணி : தேவா, பூலோகத்தில் தாங்கள் கண்ட காட்சிகளிலேயே, இன்னும் மனம் இலயத்திருக்கிறீரா? இல்லை, இலங்கேசன் தன்னுடைய அரக்கக் குணத்தைத் தங்களிடமும் காட்டி விட்டானா? கலக்கத்துக்கு என்ன சுவாமி காரணம்? இல்லை, என் காதில் பட்டவை தங்கட்கும் எட்டி விட்டதா?

நீதி : என்ன வரும்போதே, அடுக்கடுக்காகக் கேள்விகளைக் கேட்டுக் கொண்டே வருகிறாய்! எனது கலக்கம், நான் - பூலோகத்தில் கண்ட காட்சிகள்தான். இலங்கேசன் தன் வாதத்திற்கு, ஆதாரபூர்வமாக பூலோக நடவடிக்கைகளைக் காட்டினான். பூலோகம் என்ன? தேவலோகத்திலும் சில காட்சிகளைக் கண்டேன்.

வரவர்கள் ஏற்றிருக்கின்ற தொழில், வாழ்க்கை முறை, இலட்சியம் ஆகியவற்றால், இரக்கம் காட்ட முடியாத சந்தர்ப்பங்கள் பல நேரிடுகின்றன. இதை நினைத்தே கலக்கம் கொண்டேன். அது சரி, நீ ஏதோ காதில் பட்டது என்றாயே, என்ன சேதி காதில் பட்டது?

பணி : சந்தேகிக்கிறார்கள். சுவாமி, தங்களை. அது மட்டுமல்ல, குற்றமே சாட்டுகிறார்கள், தங்கள் மீது.

நீதி : [அலட்சியமாக] குற்றமா? என் மீதா? யார் அவர்கள்?

பணி : தேவர்கள் சுவாமி! தாங்கள் இராவணனுடன் சுற்றிக் கொண்டிருக்கிறீர்களாம். குற்றவாளியுடன் இவர் சுற்றக் காரணம் என்ன என்கிறார்கள்.

நீதி : குற்றம் சாட்டப்பட்டவன், தனக்கு அளிக்கப்பட்ட தீர்ப்பு, அநீதி, அக்ரமம், அநியாயம் என்பதை விளக்க ஆதாரங்களைக் காட்டினான். ஏன் அவனுடன் செல்லக்கூடாது?

பணி : இலங்கேசனுடன் தாங்கள் செல்வது, அவனிடம் இலஞ்சம் பெற்றுக் கொண்டுதான் என்றும் தேவர்கள் பேசுகிறார்கள் சுவாமி. -

நீதி : [கோபத்துடன்] எவரும், எவரைப் பற்றியும் எப்படியும் ஏசித் திரியும் மனோபாவம் பூலோகத்தில் தான் பெருகியிருக்கிறது, என்று எண்ணியிருந்தேன். எந்த விதமான பற்றோ, பாசமோ, கொள்கையோ, இலட்சியமோ, இல்லாதவர்களும், பாடுபடாமலேயே பலனை அனுபவிக்க வேண்டும் என்பவர்களும் மட்டுமே இதைப் போன்ற இழிவான காரியங்களைச் செய்து கொண்டிருப்பார்கள். இந்தப் புற்றுநோய் பூலோகத்தோடு நிற்காமல், தேவலோகத்தையும் பற்றிக் கொண்டது போலும். அவைகளை விட்டுத் தள்ளு. காதில் போட்டுக் கொள்ளாதே. அப்படியே விழுந்தாலும், மனதைப் போட்டுக் குழப்பிக் கொள்ளாதே தென்னிலங்கை இராவணன் தீர்ப்பைப் பற்றி, கவலையின்றியே

இந்த விசாரணையில் கலந்து கொள்கிறேன், என்று சொல்லிவிட்ட பிறகு, அவன் எனக்கு இலஞ்சம் தர வேண்டிய அவசியம் ஏது?

[இப்போது, கம்பர் கோபமாக உள்ளே நுழைகிறார்.]

அவரைக் கண்டதும்,

பணி : இதோ, கவிச் சக்கரவர்த்தி அவர்களே வந்து விட்டார்.

கம் : நீதிதேவன் அவர்கள் ஏதோ அவசியத்தைப் பற்றி எடுத்துச் சொல்லிக் கொண்டிருந்தார்கள். நான் இப்போது அவசியத்தோடுதான் வந்துள்ளேன். அவசியம் இல்லாமல் அந்த அரக்கனோடு, தாங்கள் பூலோகத்திற்கு சென்று வருவதும், அவனோடு குலாவிக் கொண்டிருப்பதும் கேலிக்குரியதாக உள்ளது தேவா! இது அவசியம்தானா, என்று கேட்கிறேன்.'

நீதி : குற்றவாளியெனக் கருதப்படுபவன் மிகச் சாதாரணமானவன் என்று தாங்கள் கூறிட முடியாது. கம்பரே, அவன் தனக்கு ஆதாரமாக எடுத்துக் காட்டும் சம்பவங்களையும் சாதாரணமானதென்றும் தள்ளிவிட முடியாது. தன் இசை வன்மையால் பரமனின் உள்ளத்தையே உருக வைத்தவன். ஈடு இணையற்ற கலைஞன். இவைகளை இல்லை என்று மறுத்திட எவர் உளர் கம்பரே! அவனுடன் நான் சொல்வது, அடாது, கூடாது, என்று கூறுவோர், என்ன காரணம் கூறுவார்.

கம் : மற்றவர்கள் என்ன கூறுகிறார்கள் என்பது பற்றி நான் ஏதும் அறியேன். நான் கூறுவது, குற்றவாளியெனக் - கருதப்படுபவனுடன், தீர்ப்பு கூறுவோர் சுற்றிக்கொண்டிருப்பது முறையல்ல,

சரியல்ல என்று. அவன் விளக்கம் கூற தங்களை அழைக்கிறான் என்றால், என்னையுமல்லவா, உடன் அழைத்து செல்ல வேண்டும்? தாங்கள் மட்டும் தனியாகச் செல்வது தவறல்லவோ?

நீதி : குற்றம் சாட்டப்பட்டவனை, தனியாக விசாரிப்பதும், குற்றம் சாட்டியவர்களைத் தனியாக விசாரிப்பதும் பிறகு இருவரையும் வைத்து விசாரணை நடத்துவதும், தீர்ப்புக் கூறுவோனின் முறை அல்லவோ? அது எப்படித் தவறாகும்?

கம் : கடல் சூழ் உலகமெலாம், கவிச்சக்கரவர்த்தி எனப் போற்றப்படும் என்னையும், கருணையும், இரக்கமும் இல்லாத அரக்கனையும், ஒன்றாகவே கருதிவிடுகிறீரா, தேவா? ஏற்கெனவே அளிக்கப்பட்ட தீர்ப்பின் மீது, மறு விசாரணை கொள்வதே ஏற்ற முடையதாகாது. அப்படி எடுத்துக் கொண்ட மறுவிசாரணையில் குற்றவாளியின் பின்னால், தீர்ப்புக் கூறுவோர் சுற்றிக் கொண்டிருப்பது கற்றறிவாளர், ஏற்றுக் கொள்ள முடியாதது, தேவா!

நீதி : முற்றும் கற்றுணர்ந்தோர் முடிவு கூட கால வெள்ளத்தால், சரியானவை அல்ல என்று மறு தீர்ப்பளிக்கப்பட்டுள்ளன என்பதும் தாங்கள் அறியாததல்ல.

கம் : நீதிதேவா! தங்களை நிந்திக்க வேண்டுமென்பதோ, தங்கள் மீது மாசு கற்பிக்க வேண்டுமென்பதோ, எனது எண்ணமல்ல. எல்லாவித ஆற்றலும், அறிவும், திறனும் இருந்தது. ஆனால் அன்னை சீதா பிராட்டியாரை, அவன் சிறை வைத்ததும், கொடுமைப்படுத்தியதும், அவனது இரக்கம் இல்லாத அரக்க குணத்தால் தான் என்று

நான் எடுத்துரைத்த தீர்ப்புக்கு தங்கள் தீர்ப்பு மாறுபடுமானால், கவிச்சக்கரவர்த்தி கம்பர் மட்டுமல்ல, தேவரும், மூவரும், முனிவரும் பரிகசிக்கப்படுவர். எனவே தங்களைக் கேட்டுக் கொள்வதெல்லாம், இரக்கமில்லா கொடுமனம் படைத்தவன் தான் இராவணன், அரக்க குணம் படைத்தவன்தான் என்பதில் எள்ளளவும் சந்தேகமில்லை, என்ற தீர்ப்பையே நான் எதிர்பார்க்கிறேன். சென்று வருகிறேன். தேவா.

[கம்பர் போய் விடுகிறார்]

பணி : என்ன தேவா இராவணனுடன் செல்வது, தகாது, கூடாது, என்று கூறி விட்டு, கம்பர் தானே தீர்ப்பைக் கூறி, அதன்படி தீர்ப்பும் இருக்க வேண்டுமென்கிறாரே இது என்ன வகையில் நியாயம் தேவா.

நீதி : இதுதான் நேரத்துக்கேற்ற, ஆளுக்கேற்ற நியாயம். இலங்காதிபதி தீர்ப்பைப் பற்றிக் கவலைப்படவில்லை. கம்பர் தன் தீர்ப்பு குற்றமுடையது என்று கூறிவிடப் போகிறார்கள் என்று கவலைப்படுகிறார். உம். பார்ப்போம்.

[காட்சி முடிவு]

காட்சி – 13

இடம் : அற மன்றம்

இருப் : நீதிதேவன், இராவணன், கம்பர், விசுவாமித்திரர்.

நிலைமை : இராவணன் வாதாடுகிறான். கம்பர், அலட்சியமாக இருப்பது போல் பாவனை செய்கிறார். விசுவாமித்திரர் திகைப்புற்றுக் காணப்படுகிறார். இந்த வழக்கை விசாரிக்க வேண்டிய தொல்லை நமக்கு வந்து சேர்ந்ததே என்று நீதிதேவன் கவலைப்படுகிறார்.

இரா : [விசுவாமித்திரரைப் பார்த்து] நாடாண்ட மன்னனைக் காடு ஏகச் செய்தீர்! அரண்மனையிலே சேடியர் ஆயிரவர் பணிவிடை செய்ய, ஆனந்தமாக வாழ்ந்து கொண்டிருந்த அரசியை அடிமை வேலை செய்ய வைத்தீர்.

மகன் பாம்பு தீண்டி இறந்தான்.

சுடலை காத்து நின்றான் கணவன்!

செங்கோல் ஏந்திய அவன் கரத்திலே, தவசியாரே! பிணங்கள் சரியாக வெந்து, கருகினவா என்று கிளறிப் பார்க்கும் கோல் இருந்தது.

பெற்ற மகன் பிணமாக எதிரே!

பொற்கொடி போன்ற மனைவி கதறிப் புரண்டிடும் காட்சி, கண் முன்னே.

பிணம் சுட, சுடலைக் காசு கேட்கிறான்!

தன் மகன் பிணமாக, தன் மனைவி மாரடித்து அழுகிறாள் – மாதவம் புரிந்தவரே மகரிஷியே!

அந்த மன்னன், சுடலைப் பணம் எங்கே என்று கேட்கிறான்.

ஐயோ மகனே பாம்பு அண்டிக் கடித்த போது அலறித் துடித்திட்டாயோ, பதறி விழுந்திட்டாயோ - சந்திரமதி புலம்பல்! யாரடி கள்ளி! இங்கே பிணமது சுடவே வந்தாய், கேளடி மாதே சேதி, கொடுத்திடு சுடலைக்காசு வெட்டியானாகிப் பேசுகிறான் வேந்தன்.

சுடலையில் இதைவிட, கல்லையும் உருக்க வேறு சோகக் காட்சி வேண்டுமா கல்லுருவமல்ல, கலை பல் தெரிந்தவரே!

என்ன செய்தீர் இதைக் கண்டு?

இரக்கம், இரக்கம் என்று கூறி, என்னை இழிவு படுத்தும் எதுகை மோனை வணிகரே மகன் பிணமானான் - மனைவி மாரடித்தழுகிறாள் - மன்னன் சுடலை காக்கின்றான் - பிணத்தை எட்டி உதைக்கிறான்.

ஏன் இரக்கம் காட்டவில்லை? தபோதனராயிற்றே நான் தான் அரக்கன், இரக்கம் எனும் ஒரு பொருள் இல்லை - இவருக்கு என்ன குறை ஏன் இரக்கம் கொள்ளவில்லை?

கம் : [காரணம், விளக்கம் அறியாமல் இராவணன் பேசுகிறான் என்று நீதிதேவனுக்கு எடுத்துக் காட்டும் போக்கில்] சத்ய சோதனையன்றோ அச்சம்பவம். மூவுலகும் அறியுமே, முடியுடை வேந்தனாம் அரிச்சந்திர பூபதி சத்யத்தை இழக்கச் சம்மதிக்காமல், சுடலை காத்ததை... சோதனை... சத்ய சோதனை...

இரா : ஆமய்யா ஆம்! சத்திய சோதனைதான் ஆனால் இங்கு நான் இரக்கம் ஏன் அந்தச் சமயத்திலே முனிவரை ஆட்கொள்ளவில்லை என்று கேட்கிறேன்.

விசு : அரிச்சந்திரனை நான் வாட்டி வதைத்தது, அவனிடம் விரோதம் கொண்டல்ல.

இரா : விசித்திரம் நிரம்பிய வேதனை காரணமின்றிக் கஷ்டத்துக்குள்ளாக்கினீர், காவலனை. இதயத்தில் இரக்கத்தை நுழைய விடாமல் வேலை செய்தீர்!

விசு : அரிச்சந்திரன் பொய் பேசாதவன் என்பதை...

இரா : தெரியுமய்யா - இருதவசிகளுக்குள் சம்வாதம் அதன் பயனாக நீர் ஓர் சபதம் செய்தீர், அரிச்சந்திரனைப் பொய் பேச வைப்பதாக...

விசு : ஆமாம் அந்தச் சபதத்தின் காரணமாகத்தான்...

இரா : சர்வ ஞானஸ்தராகிய உமக்கு இரக்கம் எழ வேண்டிய அவசியம் கூடத் தெரியவில்லை. விசு. அதனால் அரிச்சந்திரனுடைய பெருமைதானே அவனிக்கு விளங்கிற்று.

இரா : அதுமட்டுமல்ல! உம்முடைய சிறுமைக் குணமும் வெளிப்பட்டது.

[விசுவாமித்திரர் கோபம் கொள்கிறார்.]

கோபித்துப் பயன்? அவ்வளவு மட்டுமல்ல கம்ப இலக்கணமும் கவைக்கு உதவாது என்பது விளங்கிற்று - இரக்கம் நீர் கொள்ளவில்லை, உம்மை இவர் அரக்கராக்கவில்லை, இலக்கணம் பொய்யாயிற்று - நேர்மையுடன் இப்போதும் கூறலாம். ஆம்! சில சமயங்களில் தேவரும்

மூவரும் தபோதனருங்கூட இரக்கம் காட்ட முடியாத நிலை பெறுவதுண்டு என்று. ஆனால் வேதம் அறிந்தவராயிற்றே! அவ்வளவு எளிதிலே உண்மையை உரைக்க மனம் வருமோ! வெட்கமின்றிச் சொல்கிறீர். நான் அரிச்சந்திரனைக் கொடுமைப்படுத்தியது, அதற்காக இரக்கத்தை மறந்தது அவனுடைய பெருமையை உலகுக்கு அறிவிக்கத்தானே உதவிற்று என்று. நான் ரிஷியல்ல,. ஆகவே, நான் ஜானகியின் பெருமையையும் இராமனின் வீரத்தையும், அனுமனின் பராக்கிரமத்தையும், அண்ணனையும் விட்டோடிய விபீஷணனின் ஆழ்வார் பக்தியையும் உலகுக்குக் காட்டவே இரக்கத்தை மறந்தேன் என்று கூறிப் பசப்பவில்லை. என் பரம்பரைப் பண்புக்கும், பர்ணசாலைப் பண்புக்கும் வித்யாசம் உண்டு.

[இராவணனை அடக்கி உட்கார வைக்க வேண்டுமென்று கேட்டுக் கொள்வது போலக் கம்பர் நீதிதேவனைப் பார்க்கிறார். மேலும் இராவணன் பேசினால் விசுவாமித்திரன் ஏதேனும் விபரீதமாகச் செய்வார் என்று நீதிதேவனும் பயப்படுகிறார். எனவே, அன்றைய விசாரணையை அந்த அளவோடு நிறுத்திக் கொண்டு அறமன்றத்தைக் கலைக்கிறார்]

(சபை கலைகிறது.)

காட்சி - 14

(மீண்டும் அறமன்றம் கூடுகிறது.)

இடம் : அறமன்றம்.

இருப்: அறநெறி கூறுவோர் அறுவர், இலங்காதிபன், நீதிதேவன், கம்பர்.

[கம்பரும், நீதிதேவனும் வருகின்றனர். ஒருவருக் கொருவர் நமஸ்கரித்துக் கொள்கின்றனர். நீதிதேவன் அமர்ந்ததும் இலங்காதிபன் பேசுகிறான்.]

இரா : *[அறநெறி கூறுவோரை நோக்கி]* நீதிதேவனுக்குத் துணை நிற்க வந்துள்ளோரே! அறவழி கண்டுரைக்கும் அறிஞரே! உமக்குச் சில சொற்கள். இரக்கமற்றவன் நான், எனவே அரக்கன்; இந்தக் கம்ப இலக்கணத்தை மறுக்கிறேன். கடமை, தவம், தொழில், வாழ்க்கைச் சிக்கல் முதலிய பல கொள்ள வேண்டிய போது, இரக்கம் காட்ட முடிவதில்லை, முடியாது, கூடாது - இதற்கு ஆதாரங்கள் ஏராளம்.

மாசற்ற மனைவி மீது அவசியமற்றும் சந்தேகிக்கிறான், கணவன். அதுவே அறமாகாது. இந்தக் கணவன் செயலிலேயே இறங்கி, தன் மனைவியைக் கொல்லும்படி கட்டளை பிறப்பிக்கிறான். அது கொடுமை அநீதி.

[விசுவாமித்திரர், அப்போது பரசுராமனைக் கேலியாகப் பார்க்கிறார். பரசுராமர் தலை கவிழ்ந்து கொள்கிறார்]

அக்ரமம் அந்த அளவோடு நிற்கவில்லை. அறநெறி உணர்ந்தோரே! அநியாயமாகத் தன்

மனைவியைக் கொல்லத் துணிந்த அந்தக் கணவன், தன் மகனையே ஏவினான் - தாயைக் கொல்லும்படி மகனை ஏவினான் - பெற்றெடுத்த தாயை...

பர : [கோபத்துடன்] போதும் அந்தப் பழங்கதை.

விசு : [நீதிதேவனைப் பார்த்து சாந்தப் பாவனையில்]

குற்றவாளிக் கூண்டிலே நிற்பவன், தன் முழு வாதத்தையும் கூற நாம் உரிமை தருவதே முறை - பரசுராமனைப் பார்த்து தடுக்க வேண்டாம். இராவணனை நோக்கி தாயைக் கொல்லத் தனயனை ஏவிய... கூறும், இலங்காதிபா மேலும் கூறும். தாயைக் கொல்ல தனயனை ஏவிய...

இரா : தரும் சொரூபி! இதோ இருக்கிறாரே [பரசுராமனைக் காட்டி] இவருடைய தகப்பனார் ஜமதக்னிதான்! அக்ரமக்காரத் தந்தையின் ஆற்றலுள்ள மகன் இவர்! மகரிஷியே! தாயின் தலையை வெட்டினீரே தகப்பனாரின் கட்டளையைக் கேட்டு, அப்போது இரக்கம் எந்த லோகத்துக்குக் குடி ஏறிற்று? இரக்கமற்ற நான், அரக்கன்! அறநெறி காப்பாளார் இவர்!

பர : [கோபமாக] துஷ்டத்தனமாகப் பேசும் உன் நாவை துண்டித்து விட எவ்வளவு நேரம் பிடிக்கும் [எழுந்து நின்று] எவ்வளவு திமிர்! மமதை! [நீதிதேவனைப் பார்த்து] நீதிதேவா!

இரா : [பரசுராமனைக் கேலியாகப் பார்த்தபடி] ஆமாம், தவசியாரே நாக்கைத் துண்டித்து விடும் இல்லையானால் பலப்பல விஷயம் அம்பலத்துக்கு வந்துவிடும், பாசம், பந்தம் இவைகளை அறுத்துக் கொள்ள முடியா விட்டாலும், தவசிரேஷ்டர்களே உமக்கு,

நாக்கறுக்க, மூக்கறுக்க நன்றாகத் தெரியவே செய்யும்.

[நீதிதேவன், எழுந்திருந்த பரசுராமரை, ஜாடை காட்டி உட்கார வைக்கிறார்].

விசு : [சமாதானப்படுத்தும் முறையில்] பரசுராமரே! கோபம் - கொள்ளாதீர். இராவணன் உம்மைக் குறை கூறுவதாக அர்த்தமில்லை. இரக்கம் காட்டாது இருந்தவர்கள் நான் மட்டுமல்ல, பல பேர் உண்டு, வேறு காரணத்துக்காக என்பதை விளக்கத்தான், தங்கள் தாயாரின் சிரத்தைத் தாங்கள் கொய்த கதையைக் கூறினார், என்று நினைக்கிறேன்.

பர : [ஆத்திரத்துடன் எழுந்து] ஓய், விசுவாமித்திரரே!

விசு : பொறுமை, பொறுமை! நீதிதேவா! இவ்வளவு தொல்லையும் தங்களால் வந்தது.

நீதி : முனிபுங்கவரே! என் மீது என்ன தவறு? பரசுராமர், தன் தாயின் தலையை வெட்டியது, ஜமதக்னி. கட்டளையால். இலங்கேசன், பரசுராமருக்கு இரக்கம் இல்லை என்று குற்றம் சாட்டினான். என் மீது மாசு இல்லையே!

விசு : உமக்குத் தெரியுமே! இரக்கமற்ற செயலைச் செய்தவர் இந்தப் பரசுராமர் என்று. அப்படி இருக்க, எப்படி அவரை அறநெறி காப்பவராகக் கொண்டீர்! தவறல்லவா அது?

[கோபமாக] ஓய் விசுவாமித்திரரே! உம்முடைய யோக்யதையை அறியாமல் என்னை நீதிதேவன் சபையிலே இழிவாகப் பேசிவிட்டீர்...

விசு : இழிவு ஏதும் பேசவில்லை. ஸ்வாமி! உண்மையை உரைத்தேன்.

பர : [ஆத்திரம் பொங்கி எழுந்து] நானும் கொஞ்சம் உண்மையை உரைக்கிறேன் கேளும். ஜடாமுடிதாரி ஒருவர், ஐம்புலன்களை வென்றவர் - தேவரும் மூவரும் கூப்பிட்ட குரலுக்கு ஓடி வர வேண்டும், தம் எதிரே என்று ஆசை கொண்டு அகோரத்தவம் செய்தவர் - (அனைவரும் விசுவாமித்திரரைப் பார்க்கின்றனர்.) அப்படிப்பட்டவர் - கேவலம், ஒரு கூத்தாடிப் பெண்ணின் கோலாகலத்திலே மயங்கி, தவத்தை விட்டு அவளுடன்...

விசு : மூவரும், மன்மத பாணத்தின் முன், அது போலப் பரிதவித்ததுண்டு, பரசுராமரே! மேனகையின் மோகன் ரூபத்திலே நான் இலயித்தது பெரிய குற்றமென்று கூறுகிறீர் - இது சகஜம் -

பர : கேலியாக மேனகையின் மோகனம் [கோபம் கலந்து] வேத வேதாந்தத்தின் இரகசியத்தை அறிந்து ஜீவன் முக்தராக விளங்கிட வேண்டியவருக்கு, மேனகையின் விழியிலே வழியும் அழகு பற்றி என்னய்யா கவலை? [மற்றவர்களை நோக்கி] அவள் அதரம் துடித்தால் இந்த தபோதனரின் யாக யோகம் துடிக்க வேண்டுமா? தூங்க வேண்டுமா? - இதுவா யோக்யதை. [குரலை மெல்லியதாக்கி] ஆனால் நான் அதைக் கூடக் குற்றமென்று கூறவில்லை. (சோகக் குரலில் மேனகையிடம் குலவினீர். குழந்தை சாகுந்தலம் பிறந்தாள் - விழியிலே களிப்புடன், அந்தக் குழந்தையைக் கையிலேந்திக் கொண்டு, தேவ மாது மேனகை, உம் எதிரே வந்து நின்று, பிரியபதோ இதோ நமது இன்பம் நமது மகள் என்று கூறி ஆதரவு கோரிய போது, [குரலை மெள்ள மெள்ள உயர்த்துகிறார்.] எவளுடன் கொஞ்சி விளையாடி

பஞ்ச பாணனை வென்றீரோ, எவளுடைய அன்பைக் கோரிப் பெற்றீரோ, எவளுக்காகக் கனல் கிளம்பும் யாக குண்டத்தை விட்டு நீங்கி, புனல் விளையாட்டுக்குக் கிளம்பி, புளகாங்கிதமடைந்தரோ. அந்த அழகு மேனகையை வெறுத்தீர், அழ வைத்தீர் - தவிக்கச் செய்தீர் - வேதனைப் படுத்தினீர் - குழந்தை சகுந்தலையை ஏற்றுக்கொள்ள மறுத்தீர் - கையாலே தொட மறுத்தீர் - கண்ணாலே பார்க்கவும் முடியாது என்றீர் - காதலுக்குத்தான் கட்டுப்படவில்லை - ஒழியட்டும் - காட்டுவாசத்தின் காரணமாக அந்தக் குணம் இல்லை என்று கூட விட்டு விடுவோம் - குழந்தை - சந்திரபிம்பம் போன்ற முகம் பொன் விக்ரம் - அந்தக் குழந்தையின் முகத்திலே தவழ்ந்த - அன்புக்காவது கட்டுப்பட்டீரா? ஓய்! புலியும் அதன் குட்டியை அன்புடன் நடத்துமே, புண்ணியத்தைத் தேடி அலையும் புருஷோத்தமனாகிய உமக்குத் துளி அன்பு - இருந்ததா - குழந்தையிடம் - எவ்வளவு கல் மனம்?

விசு : பரசுராமரே! கோபத்தைக் கிளறாதீர்.

பர : எவ்வளவு இரக்கமற்ற நெஞ்சு - அரக்கர் கூடக் குழந்தைகளிடம் இரக்கம் காட்டத் தவறியதில்லை. உம்மைப் போல், பெற்ற குழந்தையைத் தவிக்க விட்டு, விட்டு பிரியத்துக்குரியவளைத் தேம்பச் செய்துவிட்டு, இரக்கத்தை மறந்து திரிந்தவர்களை, நான் இந்த ஈரேழு லோகத்திலும் கண்டதில்லை.

விசு : [கோபம் தலைக்கேறியவராய்] ஓய்! பரசுராமரே அளவு மீறிப் போகிறீர்.

நீதி : இருவருந்தான்! இலங்கேசன் பேச வேண்டிய நேரம் இது; உமக்குள் உள்ள தகராறுகளைக் கிளறிக்கொள்ள அல்ல.

இரா : நான், அவர்களைக் குறை கூறவில்லை நீதிதேவா! இரக்கமற்ற செயலைச் செய்தவர்கள் அவர்கள், என்பதைக் காட்டுவது அவர்கள் மீது கோபித்து அல்ல அவர்களும் பாபம், நிலைமைக்குக் கட்டுப்பட்டவர்கள் தானே; இரக்கம் கொள்ள முடியவில்லை. அவர்களை எல்லாம் இரக்கமற்றவர், ஆகவே அரக்கர் என்று இந்தக் கம்பர், ஏன் குற்றம் சாட்டவில்லை? இது என் கேள்வி! நான் இரக்கமற்றவன், ஆகவே அரக்கன் - எனவே நான் தண்டிக்கப்பட்டதும், என் அரசு அழிக்கப்பட்டதும், தர்ம சம்மதமான காரியம் என்று கவி பாடினாரே, அதற்குத்தான் இப்போது நான் மறுப்புரை கூறுகிறேன். இவர்கள் இரக்கமற்றவர்கள், மறுக்க முடியாது. ஏன் இரக்கமற்று இருந்தனர் என்பதற்குச் சமாதானம் கூறுவார்கள் - நான் கூடக் கூறினேன் - என்னை அரக்கராக்கிய இந்த அறிஞரைக் கேட்கிறேன் - இவர்கள் யார்?

அதோ, துரோணாச்சாரி - எவ்வளவு இரக்கமுள்ள மனம், அவருக்கு மனதாலே, குருவாகப் பாவித்து பதுமை செய்து வைத்து வணங்கி, வேடர் திலகன் ஏகலைவனை, காணிக்கை கேட்டாரல்லவோ, கை கட்டை விரலா - வலது கையாகப் பார்த்து - எவ்வளவு இரக்க சுபாவம்! ஏன் ஆச்சாரியராக்கப்பட்டார்? என்னை ஏன், அரக்கனாக்கினீர்?

துரோ : [துடித்தெழுந்து] நான் கேட்டால், அவன் கொடுக்க வேண்டுமோ! நான் வெட்டியா

எடுத்துக் கொண்டேன், அவன் கை கட்டை விரலை?

இரா : அவனுடைய தொழிலுக்கும் வில் வித்தைக்கும் எந்தக் கை கட்டை விரல் ஆதாரமோ, அதைக் கேட்டீர், காணிக்கையாகத் துளியாவது மனதிலே இரக்கம் இருந்தால் கேட்பீரா! அவனாகத் தானே கொடுத்தான் என்று வாதாடுகிறீர். அவன் ஏமாளி அல்ல. உமது கொடுமை கால முழுவதும் உலகுக்குத் தெரியட்டும், ஒரு கட்டை விரல் போனாலும் பாதகமில்லை என்று எண்ணினான்.

துரோ : அவனாகக் கொடுத்தான் - அவனாகவே தான் கும்பிட்டுக் கூத்தாடினான், குருவே, குருவே, என்று.

இரா : அந்த அன்பு கண்டு, நீர் உமது குணத்தைக் காட்டி விட்டீர். கட்டை விரலைக் காணிக்கைக் கேட்டபோது என்ன எண்ணினீர் மனதில். அவன் மறுப்பானா மறுத்தால் அவனுடன் மல்லுக்கு, நிற்கலாம் - கொல்லலாம் என்று சூதாக எண்ணினீர். - துரோணாச்சாரியே, அவன் உம்மைத் தோற்கடித்தான்... அவன் இழந்தது கைவிரல் - நீர் இழந்தது கண்ணியம், கவனமிருக்கட்டும் - இரக்கமற்ற நெஞ்சுடையவர் நீர், என்பதை உலகுக்கு உரைத்தான் அந்த உத்தமன் - சொல்லால் அல்ல - செயலால். அவன் விரல் வெட்டப்பட்டபோது இரத்தம் கொட்டிற்றே. அதைக் கண்டாவது இரக்கம் பிறந்ததோ உமக்கு?

துரோ : [நீதிதேவனைப் பரிதாபமாகப் பார்த்து] நீதிதேவா! எங்களை வரவழைத்து, அவமானப்படுத்தவே, இந்த விசாரணையை

நடத்துகிறீரா என்ன? எப்படி இதை நாங்கள் சகிப்போம்?

நீதி : நான் என்ன செய்ய? குற்றவாளி எனக் கருதப் படுபவனுக்கு, தாராளமாகப் பேச நமது மன்றம் உரிமை தந்தாக வேண்டுமே. *[இலங்கேசனைப் பார்த்து]* இலங்காதிபா ஏன் இவர்களை ஏசுகிறீர்? இவர்களிடம் நம்பிக்கை இல்லை என்று பொதுவாகக் கூறிவிடுமே!

இரா : நீதிதேவா நான் மறு விசாரணைக்கு இசைந்ததற்குக் காரணமே, புது உண்மைகள் தெரியச் செய்ய வேண்டும் என்பதுதான் - விடுதலை கோரி அல்ல - எந்தக் குற்றத்தை என் மீது ஏற்றி, என்னை. அரக்கராக்கிக் காட்டினாரோ, அதே குற்றத்தைச் செய்தவர்கள், மகரிஷிகளாய், ஆச்சாரியர்களாய்... இதோ... *[கோட்புலியைக் காட்டி]* நாயனாராய் - உயர்த்திப் பேசப் படுகிறார்களே, இது சரியா என்று கேட்கிறேன். ஏசி இவர்கள் மனதைப் புண்படுத்த அல்ல. இதோ கொலு வீற்றிருக்கிறாரே கோட்புலி நாயனார்.

நீதி : ஆமாம், சிவபக்தர்.

இரா : உண்மை - சிவபக்தர் பெரிய போர்வீரர் கூட - இன்று நாயனார்...

கம் : செந்தமிழில் சேக்கிழார் -

இரா : செய்திருக்கிறார் பல செய்யுட்கள், இவருடைய சீலத்தை விளம்பரப்படுத்த.

கோ : ஈசா! யானோ விளம்பரம் தேடுபவன்? கைலைவாசா! ஏனோ இத்துஷ்ட சிகாமணி

நீதிதேவன் மயக்கம் | 85

என்னை ஏசக் கேட்டும், உன் நெற்றிக் கண்ணைத் திறந்திடக் கூடாது.

இரா : ஐயன், வேறு ஏதேனும் அவசர அலுவலிலே ஈடுபட்டிருக்கக் கூடும் - அடியவரே! பிறகு மனுச் செய்து கொள்ளும்.

நீதி : சரி, சரி... இங்கு இலங்கேசனா கோர்ட் நடத்துகிறார்.

இரா : இல்லை, தேவா! குற்றவாளிக் கூண்டிலுள்ள நான் என் குறையைக் கூறிக் கொள்கிறேன். வேறொன்றுமில்லை. ஐயா கோட்புலியாரே! நீர் ஒரு கொலை பாதகரல்லவா?

கோ : [காதுகளைப் பொத்திக் கொண்டு] சிவ; சிவா! கூசாது கொடு மொழி புகழ்கிறான் கேட்டுக் கொண்டிருக்கிறீரே, தேவா.

விசு : [கோபித்து எழுந்து] நன்று, நன்று நீதிதேவா, கோட்புலிக்காக மட்டும் இரக்கம் காட்டுகிறீரே - இது தான் நியாயமோ! இலங்கேசன், நாங்கள் இரக்கமற்றவர்கள் என்று விளக்குவதற்குப் பல கூறினது போல், கோட்புலி பற்றியும் கூறட்டுமே, நாயனாருக்கு மட்டும் பாதுகாப்போ? நாங்கள் கிள்ளுக்கீரையோ!

நீதி : பொறுமை, பொறுமை. இலங்கேசன் இஷ்டம் போல பேசட்டும். கோட்புலியாரே! பதில் கூறும்.

கோ : நானா? இவனுக்கா, நாதனின் நல்லருளைப் பெற்ற நானா முடியாது...

இரா : எப்படி முடியும் என்று கேட்கிறேன். ஒரு செல்வவான் மூன்றடுக்கு மாடி மீது உலவுகிறான், அவனைக் கண்டோர் அறிவார்களா, அவன், வஞ்சனை, பொய், களவு, எனும் பல

படிக்கட்டுகளை ஏறித்தான், சுகபோகம் தரும் அந்த மூன்றாம் மாடிக்கு, வந்தான் என்பதை. இல்லையல்லவா! அதுபோலவேதான், இதோ இங்கு நாயனாராகக் காட்சிதரும் அந்தக் கோட்புலி, பிணங்களின் மீது நடந்து, இங்கு வந்து சேர்ந்தவர்.

கோ : பித்தமோ? அன்றி, வார்த்தைகள் யாவும் வெறும் சத்தமோ?

இரா : கோட்புலியாரே, நீர் ஓர் சிவபக்தர்தானே?

கோ : ஆம், அதற்கும் தடையோ, அரனடியானே யான்.

இரா : அறிந்தே கேட்டேன் அடியவரே! சிவபக்தியால் நீர் செய்தது என்ன? கோயில் கோயிலாக ஓடினீர், அருள் கிடைத்தது. அதை அல்ல நான் கேட்பது. ஒரு காலத்தில் உமது மாளிகையிலே, ஏராளமாக நெற்குவியல் சேகரித்து வைத்திருந்தீரே...

கோ : ஆ... மா... ம். அது... வா...

விசு : ஏன், இழுத்துப் பேசுகிறீர், பொருள், களவோ?

இரா : இல்லை, முனிவரே! அவ்வளவு சாமான்யமான குற்றத்தையா இவ்வளவு பெரியவர் செய்வார்? நெல் இவருடையதே. கோயிலுக்கு என்று சேகரித்து வைத்திருந்தார். ஒரு சமர் அதற்காக ஊரைவிட்டுச் சென்றார் - கடுமையான பஞ்சம் ஊரிலே அது போது ஏற்பட்டது. அதன் கொடுமை தாங்கமாட்டாமல், மக்கள் ஏராளமாக மடியலாயினர்.

நீதி : அதற்கு இவர் என்ன செய்வார்?

விசு : ஏன், சிவபக்தர் பஞ்சத்தைத் தடுத்திருக்கக் கூடாது என்று கேட்கிறார் இலங்கேசன்?

இரா : இல்லை, இல்லை, அவ்வளவு பெரிய காரியத்தை நான் எப்படி இவரிடமிருந்து எதிர்பார்ப்பேன். நான் சொல்வது வேறு. அந்தப் பஞ்சம், இவருடைய பண்டசாலையில் தேக்கி வைக்கப்பட்டிருந்த உணவுப் பொருள் கிடைத்தால் தலை காட்டியிருக்காது. மக்கள் மடியமாட்டார்கள். பிணம் கீழே வீழ்ந்தது - இவர் கிடங்கிலே நெல் மூட்டைகள் ஏராளம். உணவுக்காக வெளியே திண்டாட்டம் - உள்ளே நெல் குவியல் குன்று போல.

நீதி : விவரம் குறைத்து...

இரா : விஷயத்தைக் கூறுகிறேன். பஞ்சத்தில் அடிபட்ட மக்கள், கிடங்கிலிருந்து உணவுப் பொருளை எடுத்துக் கொண்டனர்.

கோ : [கோபமாக] என் உத்தரவின்றி - நான் ஊரிலில்லாத போது - சிவ காரியத்துக்கென்று இருந்த என் செந்நெல்லைக் களவாடினர்.

இரா : களவு அல்ல! பகிரங்கமாகவே எடுத்துக் கொண்டனர் - எண்ணற்ற மக்களின் உயிரைக் காப்பாற்ற பிறகு தந்து விடுவோம் என்று எண்ணி.

கோ : கொள்ளை அல்லவா அது?

இரா : கிடங்கிலே நெல்லை, பஞ்ச காலத்தில் குவித்துக் கொள்வது?

நீதி : அதுவும் குற்றம்தான்.

இரா : இதற்கு நீர் செய்ததென்ன? கோட்புலியாரே! அன்பே சிவம் சிவமே அன்பு - அந்தச் சிவத்துக்கு நீர் அடியவர். - அடியாரே! பட்டினிப் பட்டாளம் உயிரைக் காப்பாற்றிக்

கொள்ள நெல்லை எடுத்துக் கொண்டனர். சிவத்தொண்டராம் தாங்கள் என்ன செய்தீர்?

பர : நியாயமான கேள்வி? நானாவது என் தகப்பனாரின் சொல்லைக் கேட்டு தாயின் தலையை வெட்டினேன் - கோட்புலி செய்தது எனக்கும் கேள்விதான். ரொம்ப அக்ரமம், ஈவு இரக்கமற்ற செயல்.

இரா : அதுதான் முக்கியம். இரக்கமற்ற செயல். சிவசொத்து, அந்த நெல். அதை யார் தின்றார்களோ அவர்களெல்லாம் சிவத் துரோகிகள். சிவத்துரோகிகளின் சிரத்தை வெட்டாது விடேன் என்று சீறினார். இந்தச் சிவபக்தர்... இல்லையா கோட்புலியாரே சீறினார் - சீவினார் தலைகளை...

பர : பலரைச் சிரச்சேதம் செய்தார். மகாபாபம். ரொம்ப அக்ரமம் நான் தாயை மட்டும் தான் கொன்றேன். அதுவும் தகப்பன் பேச்சை எப்படித் தட்டி நடப்பது என்ற காரணத்தால்.

இரா : இவருக்கு யாரும் கட்டளையிடவில்லை தலைகளைச் சீவச் சொல்லி கொன்றார் கொன்றார், ஆண்களையும் பெண்களையும் கொன்றார், இரக்கம் துளியுமின்றிக் கொன்றார் - பதைக்கப் பாதைக்கக் கொன்றார் - வேண்டினர், கொன்றார். காலில் வீழ்ந்தனர். கொன்றார் - கொன்று தீர்த்தார் சகலரையும் - தேவா குற்றவாளி என்று என்னைக் கறைபடுத்திய கம்பரே இவர் செய்தார் இக்கொடுமை. விசாரணை உண்டா? இல்லை குற்றம் சாட்டவில்லையோ குற்றம் சாட்டாதது மட்டுமா, இத்தனை கொலைகளைத் தன் பொருட்டு செய்தாரே, இந்தப் பக்த சிகாமணி

என்று மகிழ்ந்து, கைலைக் குன்றிலுள்ள முக்கண்ணன், இவருக்கு அருள் பாலித்தார்.

நீதி : கொடுமைதான்.

இரா : அதுபோது, உயிருக்குப் பயந்து அந்த மக்கள் எவ்வளவு கெஞ்சி இருப்பர் - கோட்புலியாரே? எம்மைக் கொல்லாதீர் - உமது காலில் வீழ்கிறோம், வேண்டாம் - தயவு செய்க - எல்லாம் அறிந்தவரே! ஏழைகள் பால் இரக்கம் காட்டுக என்று எவ்வளவு கொஞ்சியிருப்பர்

விசு : என்னப்பா, அக்ரமம். அலறித் துடித்து அழுது புரண்டுதான் இருப்பர். கல்லும் உருகுமே அந்தக் கூக்குரலைக் கேட்டால்...

பர : இவ்வளவு பேரைக் கொன்றும் ஆத்திரம் அடங்கவில்லை?

இரா : பக்தி தலைக்கேறி விட்டதே பாபம்! வெட்டுண்ட தலைகளைக் கண்டார் - இரக்கம் எழவில்லை - இன்னும் வெட்டப்பட வேண்டிய தலை உண்டா என்று தேடினார் இந்த மகானுபாவர். கம்பரே! இவர் அரக்கரல்ல, அரன் அடியார் ஒரே ஒரு குழந்தையைக் கண்டார்.

பர : ஓஹோ அந்தக் குழந்தையின் முகத்தைக் கண்டு இரக்கம் பிறந்ததோ [விசுவாமித்திரரைப் பார்க்கிறார்].

இரா : இல்லை கோபம் வந்தது, அந்தச் சிசுவையும் இந்தச் சிவபக்தர் கொல்லக் கிளம்பினார்.

விசு : குழந்தையைக் கொல்ல...

இரா : ஐயா! வேண்டாம். மற்றவர்கள் சிவசொத்தைத் தின்றார்கள் என்று கொன்று விட்டீர். இச்சிசு

அக்குற்றமும் செய்யவில்லையே. கொஞ்சம் இரக்கம் காட்டும், இக் குழந்தையைக் கொல்லாதீர், என்று வேண்டிக் கொண்டனர். விசு வேண்டிக்கொள்ள...

இரா : சிவபக்தர், சீற்றம் தணியாதவராய் இச்சிசு, அதன் தாய்ப்பாலைக் குடித்திருக்குமன்றோ - அந்தப் பாலிலே சிவசொத்து கலந்திருந்ததன்றோ - ஆகவே சிசுவும் கொல்லப்படத்தான் வேண்டுமென்று கூறி, சிசுவைத் தூக்கி மேலுக்கு எறிந்து, கீழே விழும்போது, இடையில் வாளை ஏவி, குழந்தையை இரண்டு துண்டு ஆக்கினார், இரக்கமற்று. இறைவனின் நற்தொண்டன் என்று தன்னைக் கூறிக் கொண்டு, இரக்கமற்ற இவர் அரக்கரல்ல - கம்பரே! நான் அரக்கன். கேட்டால் என்ன சொல்லுவார்? பக்தி அதனால் செய்தேன். என்பார். பக்தியின் பேரால் படுகொலை செய்தேன் என்பார். பக்தியின் பேரால் படுகொலை செய்தார் - காரணம் எதுவோ கிடக்கட்டும் - நடந்தது படுகொலை - இரக்கம் இருந்ததா? துளி பெண்கள் அழுதபோது? பால் வடியும் முகமுடைய சிசு கதறியபோது? - இருந்ததா. - இரக்கம் காட்டப்பட்டதா கோட்புலியாரே, இரக்கம் காட்டினீரா? இரக்கமற்றுப் படுகொலை செய்தவர் நாயனார் - அடியார் - கொலைக் கஞ்சாக் கோட்புலி! கட்டை விரலை காணிக்கையாகப் பெற்ற துரோணர் - தாயின் தலையை வெட்டிய தரும் சொரூபி பரசுராமன் - பெற்றெடுத்த குழந்தையையும் பிரியத்தை அர்ப்பணித்த காதலியையும் இரக்கமின்றி கைவிடத் துணிந்த விசுவாமித்திரன் - இவர்களெல்லாம் தவசிகள் - ரிஷிசிரேஷ்டர்கள்

- பரமன் அருளைப் பெற்றவர்கள் - நீதிதேவா! நான் அரக்கன் - இவர்கள் யார்? - என்னை விசாரிக்கக் கூடிடும் அறமன்றத்திலே இவர்கள் காப்பாளர்களாம். இரக்கமற்ற இவர்கள் இருக்க வேண்டிய இடம் இதுவா? குற்றக் கூண்டில் இருக்க வேண்டியவர்கள் நீதிதேவா! அறம் - அன்பு - ஏதுமறியாத இவர்கள், அறநெறி காப்பாளர்களா? [கோபத்துடன், கூண்டை விட்டு இறங்கிச் சென்று]

அறநெறி காப்பாளர்கள் இருக்கும் இடத்துக்குச் சென்று இரக்கமற்ற இவர்கள் இருக்க வேண்டிய இடம் இதுவா?

[ஆசனத்தைப் பிடித்தாட்ட அவர்கள் அலறுகிறார்கள்]

[நீதிதேவன் மீண்டும் மயக்கமடைகிறார். கம்பர் பயந்து, நடுங்கி, அவசர அவசரமாக வெளியே செல்லப் பார்த்துக் கால் இடறிக் கீழே வீழ்கிறார், இராவணன் சென்று அவரைத் தாங்கிப் பிடித்துக் கொண்டு, வெளியே அழைத்துச் செல்கிறான்]

முற்றும்

திராவிட நாடு (8-3-1947)

அண்ணாவின் பிற நூல்கள்

மாஜி
கடவுள்கள்
அறிஞர் அண்ணா

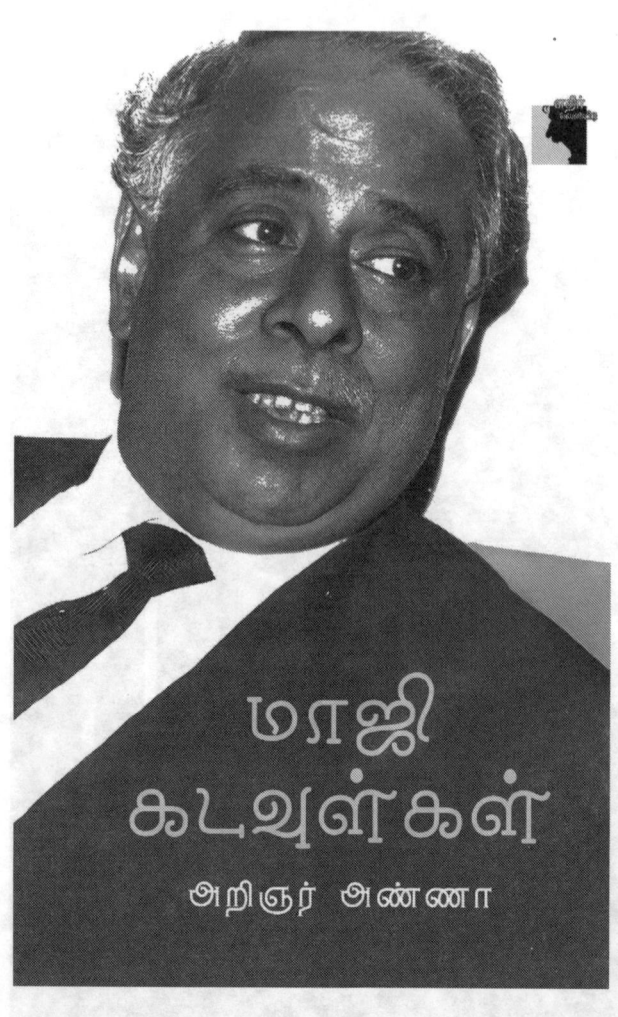